ചാവുകേളി

ചന്ദ്രബാബു പനങ്ങാട്

പന്തളത്ത് പനങ്ങാട് എന്ന സ്ഥലത്തു ജനനം. അച്ഛൻ: കുഞ്ഞൻ പിള്ള. അമ്മ: കാർത്ത്യായനിയമ്മ അടൂരിൽ താമസിക്കുന്നു.
കൃതികൾ: അമ്മകണ്ടകര, മെഗാഷോ, കർക്കിടകവാവിൽ രാമൻ, പക്ഷിപ്പേടിയുടെ കാലം, വീട്ടിൽ പോകാതിരിക്കാൻ എന്തു ചെയ്യണം? (കഥാസമാഹാരങ്ങൾ). ഇരുൾ പെയ്യുന്ന സൂര്യൻ, വിട്ടുപോയതു പൂരിപ്പിക്കാൻ ദൈവത്തിനൊരവസരം, വിലയിടുന്നതിലെ സൂത്രവാക്യങ്ങൾ, സ്വപ്നവിത്തുകളുമായി ഒരു തീവണ്ടി (നോവലുകൾ).

ഡിസി ബുക്സിന്റെ ലോക നാടോടിക്കഥകൾ എന്ന ബൃഹത് ഗ്രന്ഥത്തിൽ ജാപ്പനീസ് കഥകളുടെ പരിഭാഷ ചെയ്തു. ആനുകാലിക പ്രസിദ്ധീകരണങ്ങളിൽ എഴുതാറുണ്ട്.

വിലാസം:
സാരംഗി, മേലൂട്, അടൂർ-691554
ഫോൺ: 9496147801,
email: panangadu@gmail.com

ചന്ദ്രബാബു പനങ്ങാട്

ചാവുകേളി

കഥാസമാഹാരം

മാക്സ് ബുക്സ്
2023

Chavukeli
By Chandrababu Panangad
Malayalam

Published by:-
MAX BOOKS
Maxlive Media Solutions Pvt Ltd.
Muppathiyil Building, Muttambalom Post,
Kanjikuzhy, Kottayam 686 004
maxlivemediasolutions@gmail.com
maxbookskerala@gmail.com
Ph: 90740 98776

Printed in India
at Max, Kottayam

Edition:
First Editon July 2023
Copies: 1000

ISBN: 978-93-91085-94-0

പ്രസാധകക്കുറിപ്പ്

കെണിയിലേയ്ക്കെന്നറിയാതെ ചെന്നടുക്കുന്ന കുറേ മനുഷ്യർ, അവരുടെ ജീവിത പശ്ചാത്തലവും പേരും, നാടും നിറവും ജാതിയും മതവും മാറുന്നുവെന്നേയുള്ളൂ. ഇരകൾ എന്നും ഇരകളായി, നഷ്ടപ്പെടുന്നവരായി തുടരുന്നു. അതിന്റെ മറുവശമായി വേട്ടക്കാരുമുണ്ട്. പുഞ്ചിരിയിൽ, സ്വാദുള്ള ഭക്ഷണത്തിൽ, സ്നേഹത്തിൽ വിഷം കലർത്തുന്നവരാണവർ. അത്തരത്തിൽ ജീവിതത്തിന്റെ കറുപ്പും വെളുപ്പും മുഖമണിഞ്ഞ മനുഷ്യരുടെ കഥകളാണ് ചന്ദ്രബാബു പനങ്ങാടിന്റെ ചാവുകേളിയെന്ന ഈ കഥാസമാഹാരത്തെ സമൃദ്ധമാക്കിയിരിക്കുന്നത്. അനായാസ വായനയ്ക്കുമപ്പുറം ചിന്തിപ്പിക്കുന്ന രചനാരീതി, ഈ പുസ്തകത്തെ വീണ്ടും വായിക്കാൻ കാമ്പുള്ള ഒന്നാക്കി തീർത്തിരിക്കുന്നു.

അജീഷ് ചന്ദ്രൻ
മാക്സ് ബുക്സ്, കോട്ടയം.

ആമുഖം

ചിലപ്പോൾ തോന്നും ഈ അനുഭവലോകം അയഥാർത്ഥമാണെന്ന്. അല്ലെങ്കിൽ യഥാർത്ഥമായ ഏതോ ദേശത്തിന്റെ സൗന്ദര്യരഹിതമായ കാർട്ടൂണാണെന്ന്. എന്തിന്റെയോ തലതിരിഞ്ഞൊരു വക്രീകൃത പകർപ്പാണ് വർത്തമാനകാല മനുഷ്യൻ. ശരിക്കുള്ള നമ്മളല്ല ഈ കാണുന്ന നമ്മളെന്ന് സാരം. ഈ മലകളും പുഴകളും ജീവികളും കാറ്റും മഴയും വെയിലുമൊക്കെ തോന്നലുകൾ മാത്രമാണ്. എന്നിട്ടും കണ്ടും മണത്തും രുചിച്ചും ഈ നിഴലുകളെ സ്നേഹിച്ചും വഞ്ചിച്ചും വളർത്തിയും കൊന്നും തിന്നും മനുഷ്യരങ്ങനെ കാലം പോക്കുന്നു.

ജീവിതത്തിന്റെ നൈർമ്മല്യവും സൗന്ദര്യവും പ്രപഞ്ചത്തിന്റെ ആകർഷണീയതയുമൊക്കെ ആസ്വദിക്കാൻ ശ്രമിച്ചിട്ടുണ്ട്. എന്നാൽ കത്തിക്കയറുന്ന ദുരനുഭവങ്ങളുടെ, ചതികളുടെ, അസത്യത്തിന്റെ, തിന്മകളുടെയൊക്കെ വിജയകഥകൾ ചുറ്റും നിറയുമ്പോൾ അതൊക്കെ കാണാതിരിക്കാൻ എഴുത്തുകാരന് കഴിയില്ലല്ലോ.

ചെറുപ്പത്തിൽ വായിച്ചിട്ടുള്ള കഥകൾ പലതും അസംഭാവ്യമെന്ന് തോന്നിയിട്ടുണ്ട്. എന്നാൽ വർത്തമാനകാലം അവയേക്കാൾ അവിശ്വസനീയമായ ജീവിതാനുഭവങ്ങളാണ് സമ്മാനിക്കുന്നത്. കഥകൾ ഒരിക്കലും തീർന്നുപോകുകയില്ല. എനിക്കും നിങ്ങൾക്കും എഴുതാനും വായിക്കാനുമായി കാലം കഥകൾ തന്നുകൊണ്ടേയിരിക്കുന്നു.

എന്നും എന്റെ എഴുത്തിനെ പിന്തുടരുന്ന എല്ലാ നല്ല മനുഷ്യർക്കും നന്ദി. ഈ പുസ്തകത്തിന്റെ പ്രസാധനം നിർവ്വഹിച്ച മാക്സ് ബുക്സിന് നന്ദി. നല്ല മനുഷ്യരുടെ കൈകളിലേക്ക് തികഞ്ഞ ആത്മവിശ്വാസത്തോടെ ഈ പുസ്തകം സമർപ്പിക്കുകയാണ്.

ചന്ദ്രബാബു പനങ്ങാട്

കഥകൾ

1. മീങ്കൊല
2. ചാവുകേളി
3. സന്ദേശം
4. കാഴ്ചപ്പണ്ടം
5. ഏറിയാൽ അരനാഴികനേരം.
6. മാർജ്ജാരയോഗവൈഭവം.
7. പൊള്ളൽമഴ
8. വെയിൽപ്പക്ഷി
9. കുത്തിവരകളുടെ കാട്
10. ഭൂനിലാവിൽ
11. ആകാശം ഭൂമിയെ തൊടുന്നു
12. പൈനാപ്പിൾ ബംഗ്ലാവ്
13. വിളിച്ചുപറച്ചിലുകൾ

ഭൂമിയെ തൊടുന്ന കഥകൾ

ഡോ. തോമസ് സ്കറിയ

ചെറുകഥ അതിന്റെ അവസാനത്തിനായുള്ള ഒരുതരം തയ്യാറെടുപ്പാണെന്ന് പ്രസ്താവിച്ചത് എഡ്ഗർ അലൻ പോ ആണ്. കഥയുടെ അപ്രതീക്ഷിതമായ അന്ത്യത്തിനായി എഴുത്തുകാരൻ നിർബന്ധിതനാകുന്നു. കഥയുടെ ഉപസംഹാരം നിരന്തരം മനസ്സിൽ കൊണ്ടു നടക്കുന്നവനായി കഥാകൃത്തിനെ റഷ്യൻ ഫോർമലിസ്റ്റ് വിക്ടർ ഷ്ക്ലോവ്സ്കിയും വിലയിരുത്തുകയുണ്ടായി. ഒരു നല്ല കഥാകൃത്ത് കഥയുടെ അവസാനത്തിൽ പ്രത്യേക ശ്രദ്ധ ചെലുത്തുന്നവനാണ്. പത്തൊൻപതാം നൂറ്റാണ്ടിന്റെ അവസാനത്തിൽ, പ്രത്യേകിച്ച് ആശ്ചര്യപ്പെടുത്തുന്ന അന്ത്യം കഥയിൽ നിന്ന് വായനക്കാർ പ്രതീക്ഷിക്കുന്ന തരത്തിലുള്ള ആനന്ദത്തിന്റെ പ്രതീകമായിരുന്നു. അക്കാലത്ത് പത്രങ്ങളിൽ പ്രസിദ്ധീകരിച്ച നൂറുകണക്കിന് കഥകൾ അവസാനിച്ചത് ആശ്ചര്യപ്പെടുത്തുന്ന അന്ത്യത്തിലാണ്. ഇപ്പോഴും കഥയുടെ ഒടുക്കം വായനക്കാർ അങ്ങനെ ഒന്ന് പ്രതീക്ഷിക്കുന്നു. ആഖ്യാനത്തിൽ കളിക്കുന്ന ശക്തികൾ വെളിച്ചത്ത് വരുന്നിടത്താണ് കഥയുടെ അവസാനം. അന്തിമ ട്വിസ്റ്റുകൾ വിരുദ്ധ ശക്തികളുടെ മുഴുവൻ ശക്തിയും അഴിച്ചുവിടുന്നതിനുള്ള ഒരു മാർഗമാണ്. ആ മാർഗം സൂക്ഷ്മവും സവിശേഷവുമായി ഉപയോഗിക്കുന്ന ഒരു കഥാകൃത്താണ് ചന്ദ്രബാബു പനങ്ങാട്. അദ്ദേഹത്തിന്റെ ചാവുകേളി എന്ന സമാഹാരത്തിലെ പതിമൂന്നു കഥകളും പാഠത്തിലേക്ക് വികാരങ്ങൾ ചേർക്കുന്ന ഒരു ആശ്ചര്യകരമായ അന്ത്യം കൊണ്ട് ശ്രദ്ധേയമാണ്. എന്നിരുന്നാലും, പ്രധാന കാര്യം, കഥയുടെ ശക്തമായ വൈകാരിക പ്രഭാവം അവസാന നിമിഷത്തിൽ സൃഷ്ടിക്കപ്പെട്ടതല്ല, മറിച്ച് ആദ്യം മുതൽ പാഠത്തിൽ ഉണ്ടായിരുന്നു എന്നതാണ്.

ചന്ദ്രബാബു പനങ്ങാടിന്റെ കഥകളിൽ ആവർത്തിച്ചു വരുന്ന ജീവി സാന്നിധ്യത്തിന്റെ നിഗൂഢസൗന്ദര്യം എടുത്തു പറയേണ്ടതുണ്ട്. കഥയുടെ ഹൃദയഭാഗത്തേക്ക് വായനക്കാരെ എത്തിക്കുന്നതിൽ അതിന് ചില ധർമ്മങ്ങൾ നിർവ്വഹിക്കാനുണ്ട്. കഥ യഥാർത്ഥജീവിതത്തിന്റെ പരിച്ഛേദമാക്കിത്തീർക്കുന്നതും അത്തരം ചില സാന്നിധ്യങ്ങളിലൂടെയാണ്. മീങ്കൊലയിലെ പൂച്ചയും ചാവുകേളിയിലെ മത്തിയും സന്ദേശത്തിലെ മയിലുകളും കഥാലോകത്തെ ഗുണകരമായി സ്വാധീനിക്കുന്നുണ്ട്. മീങ്കൊലയിലെ വസുന്ധര അവളുടെ ജീവിതത്തെ ചിത്രകഥയിൽ അവതരിപ്പിക്കുമ്പോൾ

ഒരു കറുത്ത പൂച്ച അവിടെ അവളെ മുട്ടിയുരുമ്മി നിൽക്കുന്നുണ്ട്. കളപ്പുരയിൽ നടന്നത് വസുന്ധരയുടെ ജീവിതത്തിൽ ആവർത്തിക്കുന്നതിനെ അസാധാരണ കയ്യടക്കത്തോടെ കഥാകൃത്ത് അവതരിപ്പിക്കുന്നു. അവളുടെ സംശയങ്ങളും അരുചികളും സൂചനകളിലൂടെ കഥാകൃത്ത് വെളിപ്പെടുത്തുന്നു. ഒരിക്കൽ അവൾ നിന്ദ്യമെന്നു കരുതിയത് അവളെത്തന്നെ വിഴുങ്ങുന്നു. ജീവിതത്തെ അതിന്റെ എല്ലാ യാഥാർത്ഥ്യങ്ങളോടും കൂടി അവതരിപ്പിക്കുന്ന കഥയാണ് മീങ്കൊല.

ചാവുകേളിയെന്ന കഥയാകട്ടെ നിഷ്കളങ്കർക്ക് ഈ ഭൂമിയിൽ ഇനി സ്ഥാനമില്ല എന്ന നിലപാടുറപ്പിക്കുന്നു. വളരെ നിസ്സാരമെന്നു തോന്നാവുന്ന, ചിരിച്ചു തള്ളാവുന്ന ഒരു വിശ്വാസത്തെ ചൂണ്ടയിൽ കുരുക്കിയിട്ടുകൊടുത്തതിൽ സുരയെന്ന നിഷ്ക്കളങ്കൻ കൊത്തുന്നു. ജോസിന്റെ ചിരിക്കുന്ന മുഖത്തു മറഞ്ഞിരിക്കുന്ന വക്രബുദ്ധി തിരിച്ചറിയാൻ സുരയ്ക്ക് ഒരു ഘട്ടത്തിലും സാധിക്കുന്നില്ല. ഹൃദയത്തിൽ ഒരു പിടച്ചിൽ അവശേഷിപ്പിച്ചാണ് ആ കഥ അവസാനിക്കുന്നത്. ജാതിയും മതവും എന്നതിനപ്പുറം പണം, പദവി എന്നൊക്കെയുള്ള മനുഷ്യനെ മയക്കുന്ന കറുപ്പ്, ഇവിടെ സുരയുടെ കുടുംബത്തിന്റെ തായ് വേരറുക്കുന്നത് സ്നേഹം അഭിനയിച്ചുകൊണ്ടാണ്. ചിരിച്ചു കൊണ്ട്, ശത്രുവിനെ സംഹരിക്കുന്ന തന്ത്രമാണ് ചാവുകേളിയെന്ന കഥയുടെ മർമ്മം.

കാഴ്ചപ്പണ്ടം എന്ന കഥയിലെ ആരതിയും, അഥീനാ ശേഷാദ്രിയും ജ്ഞാനലക്ഷ്മിയും സ്ത്രീത്വത്തിന്റെ വ്യത്യസ്ത തലങ്ങളിൽ നിലകൊള്ളുന്നവരാണ്. ഇവിടെയും നിഷ്കളങ്കരായ മനുഷ്യർ അകപ്പെടുന്ന ദുരന്തത്തെ കഥാകൃത്ത് തികഞ്ഞ കൈയടക്കത്തോടെ അവതരിപ്പിക്കുന്നു. ഈ കഥയിലും മനുഷ്യകഥാപാത്രങ്ങൾക്കൊപ്പം ഒരു പൂച്ചക്കുട്ടി കടന്നു വരുന്നുണ്ട്. അതിന്റെ നിസ്സഹായതയിൽ പിടഞ്ഞു തീർന്ന ജീവിതം തന്നെയാണ് ആരതിയുടെ ജീവിതമെന്നു നമ്മൾ തിരിച്ചറിയുന്നു. ഒരു ഉൾക്കിടിലത്തോടെയല്ലാതെ ഈ കഥ വായിച്ചു തീർക്കാനാവില്ല.

ചന്ദ്രബാബു പനങ്ങാടിന്റെ കഥകൾ സ്വപ്നവും യാഥാർത്ഥ്യവും ഇടകലർന്നൊഴുകുന്ന നദി പോലെയാണ്. പൈനാപ്പിൾ ബംഗ്ലാവ് എന്ന കഥയിൽ ഭ്രമകല്പനകൾ പല വട്ടം പലമട്ടിൽ വരുന്നതു കാണാം. ജീവിതത്തിന്റെ നേർച്ചിത്രങ്ങളോട് ഇഴുകിച്ചേർന്നു നിൽക്കുന്ന ചില ഭ്രമാത്മക ചിന്തകൾ വായനക്കാരെ ഒരു നിമിഷം അമ്പരപ്പിക്കും. സത്യമേത് മിഥ്യയേതെന്നു സംശയിപ്പിക്കും. ഈ കഥയിലും ചില മനുഷ്യരുടെ അന്യായമായ കടന്നുക

യറ്റം മറ്റുള്ളവരുടെ ജീവിതത്തെ തീർത്തും ദുസ്സഹമാക്കുന്നതു കാണാം. വിളിച്ചു പറച്ചിലുകൾ എന്ന കഥയും മനുഷ്യന്റെ നിസ്സഹായതയുടെ വെളിപ്പെടലാണ്. അമ്പലപ്പറമ്പുകളിൽ, സമ്മേളന വേദികളിൽ ഒക്കെ വിളിച്ചു പറച്ചിലുകാർ വേണം. മറ്റുള്ളവർക്കു വേണ്ടി ഗാംഭീര്യമുള്ള ശബ്ദത്തിൽ അവർ വിളിച്ചു പറഞ്ഞു കൊണ്ടിരിക്കും. അവരുടെ ഉള്ളിലെ സംഘർഷങ്ങളോ വ്യഥകളോ അവർ പരസ്യമാക്കില്ല. മരിക്കുന്നതാകട്ടെ വ്യഥകൾ ഉള്ളിൽപ്പേറിയുമാകും.

മീങ്കൊലയിൽ നിന്നാരംഭിച്ച് വിളിച്ചു പറച്ചിലുകളിലെത്തുമ്പോൾ വ്യക്തമാകുന്ന ഒരു പ്രധാന സംഗതി ഈ സമാഹാരത്തിലെ പതിമൂന്നുകഥകളും പ്രമേയത്തിൽ ഒന്നിനൊന്നു വ്യത്യസ്തപ്പെട്ടിരിക്കുന്നുവെന്നതാണ്.പൊതുവായി കണ്ടെടുക്കാവുന്ന ഒരു സാമ്യം, ചില മനുഷ്യർ അവരുടെ കൗശലം ഉപയോഗിച്ച് കൂർത്ത നഖങ്ങൾ കൊണ്ടെന്ന പോലെ മറ്റുള്ളവരുടെ ജീവിതത്തെ പിച്ചിയെടുക്കുന്നുവെന്നതാണ്. മനുഷ്യർ തീർത്തും വ്യത്യസ്ത സാഹചര്യങ്ങളിൽ ജീവിക്കുമ്പോഴും ചില പൊതു സ്വഭാവങ്ങളും രീതികളും ചിന്തകളും പിന്തുടരുന്നുണ്ട്. ഇര സദാ ഇരയായിത്തുടരുകയും വേട്ടക്കാർ അവരുടെ കർമം യഥാവിധി ചെയ്തു തീർക്കുകയും ചെയ്യുന്നു. കറുപ്പും വെളുപ്പും ഇടകലർന്ന മനുഷ്യജീവിതമാണ് ഈ കഥകളിലൂടെ കഥാകൃത്ത് വരച്ചിടുന്നത്.

ചെറുകഥയെ ഒരു പവിത്രമായ സാഹിത്യരൂപമായി വിലയിരുത്താം. കാരണം, അത് നമ്മുടെ ജീവിതത്തെയും മറ്റുള്ളവരുടെ ജീവിതത്തെയും ആവിഷ്കരിക്കാനുള്ള ഏറ്റവും സാധാരണമായ മാർഗമാണ്. അതുകൊണ്ടാണ്, ഏറ്റവും ഫലപ്രദമായ തരത്തിലുള്ള കഥ ജീവിതം പോലെ ആശ്ചര്യകരമായതാണെന്നു പറയുന്നത്. വ്യത്യസ്ത കാലങ്ങളിൽ ജീവിതം നേരിട്ടു കൊണ്ടിരിക്കുന്ന സന്ദിഗ്ദ്ധതകളെ കഥകളിൽ നമുക്കു കണ്ടെത്താനാവും. പുതിയ കാലത്തിൽ ജീവിതം അഭിമുഖീകരിക്കുന്ന വിഷമവിഷാദങ്ങളിലേക്കു വെളിച്ചത്തിന്റെ വാതിൽ തുറക്കുന്ന കഥകളാണ് ചന്ദ്രബാബു പനങ്ങാടിന്റേത്. സാമൂഹ്യബോധവും മനുഷ്യവേദനകളും സമം ചേർന്ന് രൂപം കൊണ്ടവയാണ് ഈ സമാഹാരത്തിലെ ഓരോ കഥകളും. സാരത്തിൽ ഗാഢവും അനുഭവത്തിൽ ഔഷധവുമാകുന്ന കഥകൾ. ഇനിയും കഥാമാർഗത്തിൽ ബഹുദൂരം സഞ്ചരിക്കാൻ ചന്ദ്രബാബു പനങ്ങാടിന് ഈ പുതിയ ചെറുകഥാസമാഹാരം, ചാവുകേളി കരുത്തു പകരുമെന്ന് ഞാൻ പ്രതീക്ഷിക്കുന്നു.

1
മീങ്കൊല

വസുന്ധരയ്ക്ക് വഴികാട്ടിയായി എവിടുന്നോ ഓടിയെത്തിയൊരു പൂച്ചയാണാദ്യം മുറീക്കേറിയത്. ഇരുട്ട് നക്കിക്കറുപ്പിച്ചൊരെണ്ണം. പോലീസോഫീസറുടെ സ്വന്തമെന്ന അഹങ്കാരം അതിന്റെ നടപ്പിലുണ്ടായിരുന്നു. ഒരപരിചിതന്റെ മുൻപിൽ ഒറ്റയ്ക്ക് നിൽക്കുമ്പോഴുണ്ടാവുന്ന പേടി കുറയ്ക്കാൻ അങ്ങനെയൊരു ജീവിയുടെ സാന്നിധ്യം നല്ലതാണെന്നവൾക്കു തോന്നി. തുറന്ന പുഞ്ചിരിയോടെ പോലീസ് ഓഫീസർ അവളെ അകത്തേക്ക് ക്ഷണിച്ചു. മടിച്ചുനിന്ന അവളുടെ പുറത്തു തഴുകി അനീഷ്പോലീസ് ധൈര്യം കൊടുത്തു.

'ചെല്ല് ചെല്ല് സാറേറ്റാലേറ്റതാ'

കത്തിക്കാളുന്ന വെയിലിൽ നിന്നും തണുപ്പും മാറാലകളും കൂടുകെട്ടിയ മുറിയിലേക്ക് കടന്നപ്പോൾ അവളുടെ കാഴ്ചയിൽ കുറേ നേരത്തേക്ക് കരിംകറുപ്പു മാത്രം ശേഷിച്ചു.

'വസുന്ധരേടെ പ്രശ്നങ്ങൾ അനീഷ് പറഞ്ഞു. നേരിട്ടറിയാനാ ഞാൻ വിളിപ്പിച്ചത്. ഒന്നൂടെ കൃത്യമായി പറയണം'

അയാൾ എഴുന്നേറ്റു ചെന്ന് വാതിലടച്ചപ്പോൾ വസുന്ധരയുടെയുള്ളിൽ ഇടിവാള് മിന്നി. വെളിയിലേക്കു തുരത്തിയ നേർത്ത പകലിനു പകരം അയാൾ വൈദ്യുതവെട്ടമിട്ടു. അവളെത്തന്നെ നോക്കി അകന്നുനിന്ന പൂച്ച പതിയെപ്പതിയെ അടുത്തെത്തി അവളുടെ നഗ്നമായ പാദങ്ങളിൽ ഇക്കിളിയിട്ടു. അവൾ പൂച്ചയെ തട്ടിയകറ്റാൻ നോക്കി. അവളുടെ ഭാവവ്യത്യാസം കണ്ട് ഓഫീസർ പുഞ്ചിരിച്ചു.

'ഈ പൂച്ച ഇങ്ങനാ വസൂ. ഇവിടെ വരുന്ന പരാതിക്കാരോട് അവനും വല്യ സ്നേഹമാ. ഉപദ്രവിക്കില്ല. വെറുതെ തൊട്ടും ഉമ്മ വച്ചും നിൽക്കും. അതൊക്കെയൊരു രസമല്ലേ. ങാ. നമ്മക്കാ പരാ

തിയെഴുതാം.'

അവളുടെയടുത്തേക്കു കസേര നീക്കിയിട്ട് അയാൾ കടലാസും പേനയും നീട്ടി.

'ഇതിലെഴുതണം'

വസുന്ധരയുടെ ഉൽക്കണ്ഠ മറയ്ക്കാനെന്നോണം ആരോ പുറത്തുനിന്നു കതകു പൂട്ടുന്ന ശബ്ദം കേട്ടു.

'പേടിക്കേണ്ടാ കുട്ടീ. നിന്റെ പരാതി രഹസ്യമായി വെക്കാനല്ലിയോ. പക്ഷെ ഒന്നും മറച്ചുവയ്ക്കാതെ എന്നോട് പറയണം. അനീഷ് പുറത്തു കാവലുണ്ട്. വിശ്വസ്തനാ. ഒരു പേടീം വേണ്ടാ.'

അടുത്തിരിക്കുന്നയാൾ കുഴപ്പക്കാരനല്ലെന്നു മനസ്സിലായപ്പോൾ വസുന്ധര കഥ പറയാൻ തുടങ്ങി. അപ്പോഴും മേശക്കീഴിലെ പൂച്ച അവളുടെ കാൽവണ്ണകൾ നക്കിത്തോർത്തിക്കൊണ്ടിരുന്നു. കുടഞ്ഞു കളയാനുള്ള ശ്രമമെല്ലാം പരാജയപ്പെട്ടപ്പോൾ എത്രയും പെട്ടെന്ന് രഹസ്യപ്പരാതി എഴുതിത്തീർത്തു പുറത്തു കടക്കാനായി അവൾ വേഗം വേഗം പറഞ്ഞോണ്ടിരുന്നു.

ഒരു കാർട്ടൂൺ ചിത്രകഥ നോക്കി വായിക്കുന്നതുപോലെ വസുന്ധര സ്വയം ആസ്വദിച്ചുകൊണ്ട് പറഞ്ഞു. ചെറുപ്പത്തിലേതന്നെ വല്യവല്യ സ്വപ്നങ്ങൾ കാണണമെന്ന് കേട്ടാണവൾ വളരാൻ തുടങ്ങിയത്.

'ഞാൻ പഠിക്കാനൊക്കെ മിടുക്കിയായിരുന്നു. എല്ലാത്തിനും എന്റമ്മേടെ പ്രോത്സാഹനോമൊണ്ടാരുന്നു. അമ്മേം ഞാനും ഭയങ്കര കൂട്ടാരുന്നു.'

ആ ചിത്രകഥയിൽ അവൾക്ക് ഇരട്ടകളായ രണ്ടനുജന്മാരുണ്ടായി. വികൃതികളെ രണ്ടും അവൾക്കും അമ്മയ്ക്കും ജീവനായിരുന്നു. മുതിർന്ന പെണ്ണായിട്ടും അനുജന്മാരോടൊപ്പം ഓടാനും അടിച്ചേച്ചോട്ടത്തിനു കൂടാനും അവൾക്കിഷ്ടമായിരുന്നു.

'പക്ഷേങ്കി സാറേ.'

ചിത്രകഥയുടെ ആ പേജിൽ ആരോ വികൃതമായി വാരിത്തേച്ച ചോപ്പു മഷി അവളുടെ വാക്കുകളെ പെട്ടെന്ന് പിടിച്ചു നിർത്തിക്കളഞ്ഞു. അപ്പോഴും ആ കറുത്ത പൂച്ച മൃദുരോമങ്ങൾ നിറഞ്ഞ വാലും പൃഷ്ഠവും അവളുടെ കാൽവണ്ണയിലുരച്ചുകൊണ്ടിരുന്നു. അവൾ അസ്വസ്ഥതയോടെ അതിനെ പലവട്ടം കുടഞ്ഞെറിഞ്ഞു. അത് ശ്രദ്ധിക്കാതെ ഓഫീസർ അവളെ പ്രോത്സാഹിപ്പിച്ചു.

'പറയൂ വസൂ. പക്ഷേങ്കി അന്ന് നിനക്കെന്താ സംഭവിച്ചേ? എനിക്കിപ്പോഴും നിന്നെ സഹായിക്കാൻ കഴിയും.'

വസുന്ധരേടെ പഴേ ഓർമ്മയാണ്. അവൾക്കന്ന് പന്ത്രണ്ട് വയസ്സ്. ഒരു സാധാരണ അവധി ദിവസം. നെല്ല് മെതിക്കുന്ന പണിക്കാർക്ക് മോരുംവെള്ളം കൊടുക്കാനായി അവൾ കണ്ടത്തിൽ പോയതാണ്. വഴിയിലെ മാവിൽ കല്ലെറിഞ്ഞിട്ടും മാങ്ങയൊന്നും കിട്ടാത്തതിന്റെ പ്രയാസത്തോടെ ഏറെ നേരം കഴിഞ്ഞാണ് വീട്ടിൽ തിരിച്ചെത്തിയത്. പൂട്ടിക്കിടന്ന വീടിനു ചുറ്റും അമ്മയെ വിളിച്ചോണ്ട് കുറേ നടന്നു. അപ്പോഴാണോർമ്മ വന്നത്. അമ്മ പത്തരേടെ വണ്ടിക്കു പോയിക്കാണും. ഒരാഴ്ചയായി അനിയന്മാർ അമ്മേടെ വീട്ടിലായിരുന്നു. അനിയന്മാരോടൊപ്പം അവളേം കൊണ്ടുപോകാൻ നോക്കിയതാണ്. എന്നാൽ അമ്മയുടെ കുടുംബവീട്ടിൽ പോകുന്നതവൾക്കു മനസ്സിന് പിടിക്കാത്ത കാര്യമാണ്. അവൾക്കിഷ്ടം അമ്മേടെ കൂടെ നിൽക്കാനായിരുന്നു. പോരെങ്കിൽ അമ്മേടനുജത്തി ശാന്തമ്മക്കുഞ്ഞമ്മേടെ മട്ടും ഭാവോമൊക്കെ കണ്ടാൽ ഇപ്പോ നൂലേന്നെറങ്ങിവന്നപോലായിരുന്നു. വീടിന്റെ പുറകിലെവിടെ നിന്നോ അമർത്തിയ നിലവിളിപോലൊന്നു കേട്ടതായി തോന്നി. അവിടെ കളീലെന്നു പേരുള്ള ഒറ്റമുറിക്കെട്ടിടത്തിൽ കണ്ടത്തിപ്പണിക്കുള്ള കൊറേ സാധനങ്ങളുണ്ട്. ആർക്കും വേണ്ടാതായ എട്ടിലച്ചക്രം, അതിന്റെ പറ, കലപ്പ, വിത്തൂറ്റി, തൂമ്പാ മുതലായവ വെറുതേ കൂട്ടിയിട്ടിരുന്ന മുറിയായിരുന്നു. എപ്പോഴും പൂട്ടിയിട്ടിരുന്ന അതിന്റെ താക്കോൽ എവിടെയാണെന്ന് പോലും മറന്നുപോയിരുന്നു. അമ്മ തല്ലുമെന്നതുകൊണ്ടാണ് എലിയും മരപ്പട്ടിയും വാഴുന്ന കളീലിൽ അവളും അനിയന്മാരും കേറാത്തത്. മുറ്റത്തു നിന്നപ്പോൾ ഞരക്കങ്ങളും അടക്കത്തിലുള്ള വിളികളും വീണ്ടും കേട്ടത് കളീലിൽ* നിന്നാണെന്ന് വസുന്ധര തീർച്ചയാക്കി. അടഞ്ഞുകിടക്കുന്ന ഒറ്റവാതിൽ തുറന്നു നോക്കണമെങ്കിൽ അച്ഛൻ വരണം. കളീലിൽ പിന്നെയുള്ളത് ഉയരത്തിലൊരു കൊച്ചു ജന്നലാണ്. അടപ്പില്ലാത്ത അത് മരപ്പട്ടികൾക്കും വവ്വാലുകൾക്കും വരത്തുപോക്കിനായി പ്രത്യേകം പണിയിച്ചതുപോലായിരുന്നു.

പോലീസോഫീസറോട് അത്രേം പറഞ്ഞപ്പോഴേക്കും അവൾ ക്ഷീണിച്ചു. ഓടിയൊളിക്കാൻ നോക്കിയ ഒരു ചുണ്ടെലിയുടെ വഴി തടഞ്ഞിട്ട പൂച്ച തൊട്ടും തലോടിയും ചുമ്മാ കടിച്ചും തുപ്പിയും രസിച്ചോണ്ടിരുന്നത് നോക്കി അവളിരുന്നു. അവളുടെ ശരീരം വല്ലാതെ ഉഷ്ണിക്കുന്നതും കൊച്ചുന്നാളിലെ കാര്യങ്ങളോർത്ത് അവൾ മൗനം പാലിച്ചതും അയാൾക്ക് മനസ്സിലായി. അയാളെഴു

ന്നേറ്റു ചെന്ന് ഫാൻ ഓൺ ചെയ്തു. കാറ്റടിച്ചപ്പോൾ അവളുടെ തലയിലും മുഖത്തും വസ്ത്രങ്ങളിലുമെല്ലാം ഉണങ്ങിയ വവ്വാൽ ക്കാഷ്ഠം പറന്നുപറ്റി. മുറിയിലാകെ മാറാലകൾ പറന്നുനടന്നപ്പോൾ വസുന്ധരയുടെ ഓർമ്മ തിരികെവന്നു.

'ബാക്കി കൂടെ പറയൂ, വസൂ. നീയന്ന് നിങ്ങടെ കളീലിൽ വല്ലോം കണ്ടോ? കൊച്ചുപിള്ളേർക്കു കാണാൻ കൊള്ളാത്ത.'

ഓഫീസർ ഒന്നൂടെ ചേർന്നിരുന്നു. പേനയും കടലാസും അയാൾ തിരികെ വാങ്ങി മേശപ്പുറത്തു വച്ചു. അവൾ വീണ്ടും കൗ മാരത്തിലേക്ക് മനസ്സോടിച്ചു. അവൾ ഓർമ്മയിലെ ഒരു കാലൊടി ഞ്ഞ കസേര കൊണ്ടുചെന്നു ജന്നലിനു കീഴെയിട്ടു. കുഴിത്തുരുമ്പ് വീണ ജന്നലഴികളിൽ പിടിച്ചുനിന്നോണ്ട് കളീലിനുള്ളിലേക്കു നോ ക്കി. മാറാലകളിലൊളിച്ചിരുന്നു സാറ്റു* കളിക്കുന്നതുപോലെ ആ എട്ടിലച്ചക്രത്തിന്റെ ഒരു നിഴൽ മാത്രം വെളിപ്പെട്ടു. അകത്ത് എന്തൊക്കെയോ തട്ടിവീഴുന്നതറിഞ്ഞു. വവ്വാൽമണം മൂക്കിലടിച്ചു കേറി. കാണാമറയത്ത് നിന്നും നേരിയ ഞരക്കവും മൂളലും കേട്ടു. കാണേണ്ടതൊന്നും കണ്ണിൽ കിട്ടാഞ്ഞപ്പോൾ ഏന്തിവലിഞ്ഞു മുകളിലേക്ക് കേറി. ചവിട്ടിയിരുന്ന മുക്കാലൻ കസേര താഴെ വീണപ്പോൾ പിടിവിട്ട് അവളും താഴേക്ക്. അകത്തെ ഓടാമ്പൽ നീങ്ങിയ ശബ്ദം കേട്ട് അവൾ പേടിച്ചെഴുന്നേറ്റോടിയൊളിച്ചു. കച്ചി ത്തുറുവിന് മറഞ്ഞുനിന്നു നോക്കിയപ്പോൾ അവളുടെ പേടി മാറി. മുറിയിൽ അച്ഛനായിരുന്നു. എന്തെങ്കിലും തെരയാൻ കളീലിൽ കേറിയതായിരിക്കും. പാവം അച്ഛൻ വിയർത്തുകുളിച്ചിരുന്നു. അച്ഛ നോടൊപ്പം ഒരു കറുമ്പൻ പൂച്ചയും പുറത്തേക്കു വന്നു. അടുക്ക ളേൽ എന്ത് സാധനം വച്ചാലും കട്ടുതിന്നുന്ന വൃത്തികെട്ടൊരു ജന്തുവായിരുന്നു അത്. കിട്ടിയ കല്ലുമായി പൂച്ചേടെ പുറകെ ഓടു ന്നത് കണ്ട് അവളെ അച്ഛൻ വിളിച്ചു. ജന്നലിൽ തൂങ്ങിക്കിടന്നു വീണതിന് തല്ലു വാങ്ങിക്കോമളിക്കാൻ അവളുടെ കൈ തരിച്ചു. പക്ഷേ അച്ഛൻ ദേഷ്യപ്പെടാതെയാണ് ചോദിച്ചത്.

'വസൂ, മോളെന്തേലും ശബ്ദം കേട്ടാരുന്നോ?'

ഒരു കള്ളപ്പൂച്ച കസേര തട്ടിയിട്ടോണ്ടോടുന്നതു കണ്ടെന്നവൾ പറഞ്ഞത് അച്ഛനു വിശ്വാസമായി. അവൾ ജന്നലിൽ തൂങ്ങി വീണ ത് അച്ഛനറിഞ്ഞില്ല. അച്ഛൻ അപ്പോഴും കിതക്കുന്നുണ്ടായിരുന്നു. അവൾ വീട്ടീന്നെറങ്ങി കണ്ടത്തുംവരമ്പേൽക്കൂടി കുറേ ദൂരം നട ന്നു. വഴീൽ കണ്ട ആളുകളോടൊക്കെ ചിരിച്ചുകാണിച്ചു. കണ്ടത്തി ന്റെ നടുവിലെ ചാൽ വറ്റിച്ചു മീൻ പിടിക്കുന്ന കൊച്ചാട്ടന്മാരേം

മീനുകൾക്ക് രഹസ്യമായി രക്ഷപ്പെടാനുള്ള ഒളിവിദ്യ ഓതിക്കൊടുക്കുന്ന കൊക്കുമുണ്ടികളേം നോക്കിനിന്നു. വാടയുള്ള കറുത്ത ചേറിൽ തപ്പിയും ഒറ്റാലൂന്നിയും ആവേശത്തോടെ വരാലിനെയും പള്ളത്തിയെയും കാരിയേയുമൊക്കെ പിടിച്ചു കുട്ടയിലിടുന്ന പിള്ളാരെ നോക്കി അവൾ മൂക്ക് പൊത്തിപ്പിടിച്ചോണ്ടു നിന്നു.

'ബ്ലേ'

അറപ്പു തോന്നിയപ്പോൾ അവൾ വീട്ടിലേക്കോടി.

അച്ഛൻ ഉമ്മറത്തു ഫോൺ വിളിക്കുകയായിരുന്നു.

'സാറേ, എങ്ങനേലും രക്ഷിക്കണം. ഒന്ന് വേഗം വരണേ. എന്ത് വേണേലും ചെയ്യാം. ഞാൻ ആരോട് പറയാനാ.'

പുറകിലെത്തിയ അവളുടെ കാലൊച്ച കേട്ട് അച്ഛൻ ഞെട്ടുന്നതു കണ്ടു .

'ആരാച്ചാ?'

അച്ഛൻ അവളുടെ ചോദ്യം കേട്ട് ഒരു 'ശരി സാറെ'യും പറഞ്ഞു ഫോൺ വച്ചു. അവൾ ചോദ്യം ആവർത്തിച്ചോണ്ടിരുന്നു.

'മോൾടമ്മയ്ക്ക് തീരെ വയ്യാ. പോലീസങ്കിളു വരാമെന്നു പറഞ്ഞിട്ടുണ്ട്.'

വസൂനു മനസ്സിലായില്ല. അപ്പോൾ അമ്മ അനിയന്മാരെ കൊണ്ടുവരാൻ പോയതല്ല. അതിശയം പറന്നു നടക്കുന്ന അവളുടെ കണ്ണുകളിലേക്ക് നോക്കിയിട്ട് അച്ഛൻ മയത്തിൽ പറഞ്ഞു.

'മോള് പേടിക്കണ്ടാ. അമ്മ തീരെ വയ്യാണ്ട് കളീലിൽ കെടക്കുവാ.'

ആരും കേറാൻ പോലും ഇഷ്ടപ്പെടാത്ത ആ നാറുന്ന മുറീൽ വയ്യാത്ത അമ്മ കിടക്കുമെന്ന് വസു വിശ്വസിക്കാൻ കൂട്ടാക്കിയില്ല. കരഞ്ഞോണ്ട് അങ്ങോട്ടോടാൻ തുടങ്ങിയ അവളെ അച്ഛൻ വഴി തടഞ്ഞുനിന്ന് വിലക്കി.

'പോലീസങ്കിൾ വരട്ടെ. അതുവരെ മോളേ കാണണ്ടാന്നാ അമ്മ പറേന്നെ.'

അവൾക്കൊന്നും പിടികിട്ടിയില്ല. അവളെ കാണണ്ടാന്ന് അമ്മ പറയുമോ? പോരെങ്കിൽ അസുഖം വന്നാൽ പോലീസുകാരാണോ ചികിൽസിക്കേണ്ടത്? അച്ഛന്റെ കത്തുന്ന നോട്ടത്തിൽ അവളുടെ സംശയത്തിന്റെ മുളകളൊക്കെ കരിഞ്ഞുപോയി. പിന്നീടാണ് ചാർമിനാർ സിഗരറ്റും വലിച്ചോണ്ട് പൊലീസങ്കിൾ വന്നത്. ആദ്യമായിട്ടാരുന്നു അവളൊരു പോലീസുകാരനെ ജീവനോടെ കാണുന്നത്. അതും അവളെ നോക്കി പുഞ്ചിരിക്കുന്ന ഒന്നിനെ. കളീലിന്റെ

വാതിൽ തുറന്ന് അച്ഛന്റെ പുറകെ അയാൾ അകത്തു കേറി. വീണ്ടും വാതിലടഞ്ഞു. ജന്നലിലെ കുഴിത്തുരുമ്പ് ബാധിച്ച അഴികൾ നോക്കിക്കൊണ്ട് അന്നവൾ ഒത്തിരിനേരമിരുന്നു. വേണ്ടപ്പെട്ടോരെയെല്ലാം അറിയിച്ചോളാൻ കൽപ്പിച്ചോണ്ടാണ് പോലീസങ്കിൾ അച്ഛനോടൊപ്പം പുറത്തേക്കു വന്നത്. മെതിക്കളത്തിൽ നിന്നും വന്ന പണിക്കാർ അമ്മയെ കളീലിൽ നിന്നും ഉമ്മറത്തേക്ക് കൊണ്ടുവന്നു കിടത്തി. ആദ്യം പുതപ്പിച്ച തുണിയിലെ ചോരപ്പാട് കണ്ട് വസുന്ധര പേടിച്ചു. അവൾ അത് ചോദിച്ചപ്പോൾ ഒന്നും പറയാതെ അച്ഛനും പോലീസങ്കിളും കൂടി അത് മാറ്റിയിട്ടു വേറൊരെണ്ണം പുതപ്പിച്ചു. വസുന്ധരയുടെ സംഭ്രമം നിലവിളികളായും അലർച്ചകളായും നാട്ടുകാരെ മുഴുവനും ആ ഉമ്മറത്തേക്ക് വിളിച്ചടുപ്പിച്ചോണ്ടിരുന്നു.

ദഹനം കഴിഞ്ഞു മൂന്നാം നാളാണ് വസുന്ധര നെഞ്ചിലമർത്തിപ്പിടിച്ചോണ്ടിരുന്ന ചോദ്യം ശാന്തക്കുഞ്ഞമ്മയ്ക്കു സമ്മാനിച്ചത്.

'എന്റമ്മയ്ക്കെന്താരുന്ന സുഖം കുഞ്ഞമ്മേ?'

കുഞ്ഞമ്മ അവളുടെ നെറുകയിൽ തലോടുക മാത്രമേ ചെയ്തുള്ളൂ. അച്ഛനാണവൾക്കു മറുപടി കൊടുത്തത്.

'മോൾടമ്മക്കു ഭയങ്കര പനിയാരുന്നു. അറിയാൻ താമസിച്ചു പോയി'

പുതപ്പിൽ കണ്ട ചോരപ്പാടുകൾ പുറത്തു വരാത്ത ചോദ്യങ്ങളായി ഉണങ്ങിപ്പൊടിയാതെ അപ്പോഴും അവളുടെ മനസ്സിലുണ്ടായിരുന്നു.

'നമ്മളെ ആ പോലീസങ്കിളൊത്തിരി സഹായിച്ചു.'

അങ്ങനെ പറഞ്ഞത് ശാന്തമ്മക്കുഞ്ഞമ്മയാണ്. അച്ഛന്റെ ഭാര്യയായി അവർ വീട്ടിലെത്താൻ പിന്നെ ഏറെ താമസിച്ചില്ല. കുട്ടികളില്ലാത്ത അവർക്ക് വസുന്ധരയുടെ അനുജന്മാരെ സ്നേഹമായിരുന്നു. അവളോട് ഭയങ്കര വെറുപ്പും. അച്ഛനോട് പരാതിപ്പെട്ടപ്പോഴൊക്കെ കിട്ടിയ മറുപടി അവൾക്കു ചിന്താക്കുഴപ്പമേകി.

'എല്ലാം നീയൊരു മുതിർന്ന കുട്ടിയായിപ്പോയേന്റെ കൊഴപ്പമാ.'

വസുന്ധര ഇടയ്ക്കിടെ കണ്ണാടി നോക്കി. ശാന്തമ്മകുഞ്ഞമ്മേ പേടിപ്പിക്കാനുള്ളത്രേം താൻ മുതിർന്നോ എന്നവൾ വെറുതെ സ്വയം പരിശോധിച്ചു. കുറേനാൾ സൂക്ഷ്മമായി നോക്കീട്ടും മേൽച്ചുണ്ടിന്റെ രണ്ട് വശത്തും ഒരിക്കലും അവൾക്കു ദംഷ്ട്രകൾ പിടിക്കുമെന്നു തോന്നിയില്ല. പിന്നെപ്പിന്നെ അവളതു മറന്നു. അപ്പോഴേ

ക്കും അച്ഛനുദ്ദേശിച്ചതെന്താണെന്ന് അവളിൽ വന്നുകേറിയ യൗവ്വനം പറഞ്ഞുകൊടുത്തു. രണ്ടാനമ്മയുടെ സ്വകാര്യതകളിലേക്ക് അവൾ ഒളിഞ്ഞുനോക്കുമെന്ന പേടിയായിരുന്നു.

ആറേഴു വർഷം കഴിഞ്ഞൊരു ദിവസം കുടുംബത്തുപോയ ശാന്തമ്മക്കുഞ്ഞമ്മ ശിവനേം കൂട്ടിയാണ് തിരിച്ചെത്തിയത്. രണ്ട് കൈകളിലും വെറുതേയൊരു തമാശച്ചിരിപോലെ തൂങ്ങിക്കിടക്കുന്ന എല്ലില്ലാത്ത ആറാം വിരലുമായി വന്നവൻ. പിന്നെ പലപ്രാവശ്യം വന്നുംപോയുമിരിക്കുകയും അച്ഛനോടൊപ്പം റബർഷീറ്റ് വിൽക്കാനും ലൊട്ടുലൊടുക്ക് പണികൾക്കുമായി കൂടുകയും ചെയ്തവൻ. കളീലിലെ റബർഷീറ്റിന്റെ അട്ടികളൊന്നാകെ ലോറിയിൽ കെട്ടിക്കൊണ്ടുപോയി ദൂരെയെങ്ങോ വിറ്റിട്ടു കൈ നിറയെ കാശുമായി തിരിച്ചു വന്നേന്റടുത്താഴ്ചയാണ് അച്ഛൻ ശാന്തമ്മക്കുഞ്ഞമ്മയോട് ഉള്ളിലിരുപ്പു പറഞ്ഞത്.

'ശിവൻ മിടുക്കനാടീ. റബറുവെല താഴുന്ന കാഴ്ച കണ്ടോ. അവൻ പറഞ്ഞകൊണ്ടാ എല്ലാം വിൽക്കാൻ കഴിഞ്ഞത്. ഇനീമിപ്പം താമസിക്കണ്ടാ. നീ പറഞ്ഞപോലെ നമ്മക്ക് വസൂനെ കെട്ടിച്ചു കൊടുക്കാം.'

അതുകേട്ടു ശാന്തമ്മക്കുഞ്ഞമ്മ ഇല്ലാത്ത നാണം മുഖത്തേക്ക് വലിച്ചുവാരിയിട്ടു. അവരുടെ നാണത്തിലേക്കു കുറെ തീക്കനലുടെ കോരിയിട്ടു വസുന്ധര കത്തിക്കാൻ നോക്കി.

'എനിക്ക് വേണ്ടാ. പോത്തക്കോടനെ. എനിക്ക് കല്യാണോം വേണ്ടാ'

അവൾ തന്റെ സ്വൈര്യജീവിതം തകർക്കാനായി ജന്മമെടുത്ത ജന്തുവാണെന്ന് അറിയാവുന്ന പുരാണങ്ങളോർത്തുകൊണ്ട് അച്ഛൻ സമർത്ഥിച്ചു.

'ചെമ്മീൻ ചാടിയാൽ മുട്ടോളം. നീ നോക്കിക്കോ, നിന്നെ ശിവൻ തന്നെ കെട്ടും'

കളീലിലെ ജലചക്രത്തിനു കീഴെ അമ്മ പനിച്ചു ചത്തതിന് ശേഷം കേട്ടിട്ടില്ലാത്ത ചെമ്മീനിന്റെ പഴഞ്ചൊല്ല് പിന്നേം അച്ഛന്റെ ദേഷ്യച്ചട്ടീൽ പിടച്ചു. ഒടുവിൽ വസുന്ധരയുടെ ഇഷ്ടങ്ങളെ മുഴുവനും അച്ഛൻ പെരുവലയിട്ടു പിടിച്ചു.അങ്ങനെയാണ് ശിവൻ വസുന്ധരേടേതായത്. മനസ്സിലാക്കാനാവാത്തൊരു പന്നപ്പഴഞ്ചൊല്ലുപോലെ അവളെപ്പോഴും അതിനെക്കുറിച്ചു ചിന്തിച്ചോണ്ടിരുന്നു.

ഉച്ചച്ചൂടിൽ ചോറ്റുപാത്രവുമായി പോകുമ്പോഴെല്ലാം അവൾ സ്വയം ശപിക്കാറുണ്ട്. പെണ്ണായിപ്പിറക്കുന്നതു കുഴപ്പംപിടിച്ച ഒരു

കാര്യമാണെന്നും ഒരു ചാപിള്ളയായാൽ മതിയായിരുന്നെന്നും അവളാലോചിക്കാറുണ്ട്. അത്തരം അനാവശ്യ ചിന്തകളൊന്നുമല ട്ടാതെ ആ ചോറ്റുപാത്രം മാത്രം സ്വപ്നം കണ്ട് തീവെയിലത്തൊ രു ബീഡീം കത്തിച്ചു വലിച്ചു ശിവനണ്ണൻ ഒരു മരച്ചോട്ടിലെ കട യിൽ കാത്തിരിക്കുകയാവും. കല്യാണം കഴിഞ്ഞു ഭാര്യവീട്ടിൽ ഉണ്ടുമുറങ്ങിയും കഴിയാമെന്നു സ്വപ്നം കണ്ടോണ്ടിരിക്കുമ്പോൾ അമ്മായപ്പൻ തനിക്കൊണം കാണിച്ചു. വല്ലടത്തും പോയി പണി ചെയ്തു ജീവിക്കാനുള്ള ആജ്ഞകേട്ട് ശിവന് സങ്കടമായി. ചെറുപ്പ ത്തിലൊന്നിച്ചു കബടി കളിച്ചു നടന്ന വിഷ്ണു വിളിച്ചപ്പോഴാണ് പത്തുനാനൂറ് കിലോമീറ്റർ അകലേക്ക് ശിവനണ്ണൻ പോന്നത്. കച്ചോടം നല്ല ഉശിരോടെ നീങ്ങുമ്പോഴാണ് വിഷ്ണുവിനെ കൊ ടുംഭക്തി കേറിപ്പിടിച്ചത്. ഒന്നൊന്നര വർഷമായി തീരാത്ത ഭക്തി യോടെ വിഷ്ണു എവിടൊക്കെയോ അലഞ്ഞു നടക്കുന്നു. ഉച്ചക്ക ഞ്ഞീംകൊണ്ട് കടേലെത്തിയാപ്പിന്നെ കട പൂട്ടുന്നതുവരെ വസു ന്ധരയ്ക്ക് എടുപ്പതു പണിയുണ്ട്. കഞ്ഞി കുടിച്ചിട്ടു ശിവനണ്ണനൊ രൊറക്കമുണ്ട്. ആ നേരത്താണ് ഉച്ചയൂണും കഴിഞ്ഞു പൊകല കൂ ട്ടി മുറുക്കാനായി അനീഷുപോലീസ് എന്നും കടേലെത്തുന്നത്. ചിരീം തമാശേമായി ഓരോരുത്തരേം ഫോൺ വിളിച്ചും കടേടെയ തിരിലെ തെറ്റിപ്പൂങ്കുലകളിൽ ചോപ്പ് തുപ്പിയും അനീഷുപോലീസ് കൊറേനേരം ബഞ്ചേലിരിക്കുമാരുന്നു. എപ്പോഴോ എന്തൊക്കെയോ പറഞ്ഞ കൂട്ടത്തിൽ അനീഷ് സാർ അവളുടെയുള്ളിലെ കാളുന്ന ദുഃഖം ചോർത്തിയെടുത്തു.

ഇന്നലെ വീട്ടീന്ന് വിളിച്ചേപ്പിന്നെ ശിവനണ്ണൻ ഒരു സ്വസ്ഥതേം തരുന്നില്ല. ശാന്തക്കുഞ്ഞമ്മയ്ക്കു സുഖമില്ലെന്നും വസൂനേം കൂട്ടി വേഗം വീട്ടിൽ ചെല്ലണമെന്നും അച്ഛൻ പറഞ്ഞു പോലും. പോയാപ്പിന്നെ കടയടച്ചിട്ടാൽ നഷ്ടമല്ലേയെന്ന് അവൾ ചോദിച്ചോ ണ്ടിരുന്നു. ചെറുപ്പത്തിൽ ഒരുരുള ചോറിനു കെഞ്ചുമ്പോൾ ശാന്ത ക്കുഞ്ഞമ്മേടെ കയ്യീന്ന് കിട്ടിയ അടിയുടെ ചൂട് ഇപ്പോഴും അവളു ടെ തുടയിലിരുന്നു പൊള്ളിക്കുന്നുണ്ട്. അതേ സ്ത്രീ തന്നെ അവ ളുടെ തീറ്റിപ്പണ്ടാരങ്ങളായ അനിയന്മാരെ ഓമനിക്കുമായിരുന്നു. അവൾ നാട്ടിലേക്ക് പോകുന്നതിന് എതിര് പറയുന്നതിനനുസ രിച്ച് ശിവനണ്ണനു വാശി കൂടുകയാണ്. ഒടുവിലിന്നലെ അനീഷ് സാർ രക്ഷപ്പെടുത്താമെന്നു പറഞ്ഞു.

'വസൂ, നീ ഞങ്ങടെ സർക്കിളദ്ദേഹത്തെ ഒന്ന് കണ്ടാ മതി. പുള്ളിക്കാരൻ നിന്റെ പ്രയാസത്തിനൊരു പരിഹാരം കാണാതിരി

ക്കില്ല. ഞാൻ കൂടി പറഞ്ഞേക്കാം. ഒന്നുമല്ലെങ്കിലും നമ്മളൊരു ജില്ലക്കാരല്ലിയോ.'

ഒരു നേരാങ്ങളയെപ്പോലെ തങ്കപ്പെട്ട മനുഷ്യനാ അനീഷ് സാർ. വസുന്ധരയ്ക്ക് ഒറ്റ വിചാരമേയുണ്ടായിരുന്നുള്ളൂ. എങ്ങനേലും ശിവനെ നല്ലപോലൊന്നു പേടിപ്പിച്ചു വിടണം.

'ഇതൊക്കെയാ സാറേ എന്റെ കഥ. എന്റെ ശിവനണ്ണനോട് സാറൊന്നുപദേശിക്കണം. ശാന്തമ്മക്കുഞ്ഞമ്മ പറഞ്ഞിട്ടാണ് അച്ഛൻ എന്റമ്മേ കൊന്നതെന്നാ എന്റെയൊരു വിജാരം. അവിടെ അവരൊള്ളടത്തോളം കാലം ഞാൻ പോന്നില്ല. സാറെല്ലാമേല്ക്കണം. എനിക്ക് പേടിയാ സാറേ, അതാ.'

ഓഫീസറുടെ മനസ്സലിവ് അവളറിഞ്ഞു. അയാൾ കുറേക്കൂടി അവളോട് ചേർന്നിരുന്നു. കാച്ചെണ്ണ മണക്കുന്ന അവളുടെ മുടിയിഴകളിൽ അയാൾ വിരലുകളോടിച്ചു. ഗദ്ഗദപ്പെട്ടു. അവളുടെ ചെവിയിലും കഴുത്തിലും അയാളുടെ വിതുമ്പുന്ന അധരങ്ങൾ കിതച്ചു നീങ്ങി. തോളുകളുയർത്തി അയാളുടെ ഉമ്മകളെ തടഞ്ഞിട്ടവൾ എണീറ്റു.

'എന്നാൽ ഞാൻ പോട്ടെ സാറേ.'

'ഓക്കേ വേഗം ഏഴുതീട്ടു പൊക്കോ.'

അത്രേം പറഞ്ഞിട്ട് അയാൾ ലൈറ്റണച്ചു. മുറിയാകെ ഇരുട്ടു വ്യാപിച്ചു. വാവൽക്കാഷ്ഠം വിരിച്ചിട്ട പഴയൊരു ബെഞ്ചിലേക്ക് അവൾ മറിഞ്ഞു വീണു. ഉപേക്ഷിക്കപ്പെട്ട ചില പഴയകാല കൃഷിയായുധങ്ങൾ അടഞ്ഞുപോയ അവളുടെ കണ്ണുകളെ വ്യാമോഹിപ്പിച്ചു. മാറാലകളിലൊളിച്ചിരുന്ന ഏട്ടിലച്ചക്രത്തിന്റെ ഒരു നിഴൽ വെളിപ്പെടുകയും അവളെ മൂടുകയും ചെയ്തു.

മോഹനിദ്രയിലെപ്പോഴോ അവൾ ശിവന്റെ വിളി കേട്ടു.

'അനീഷുസാറേ, ഞങ്ങടെ വസുന്ധരപ്പെണ്ണ് ഇവിടെങ്ങാനും വന്നോ?'

പതറിയ ശബ്ദത്തിൽ അയാൾ തന്നെയാണോ അത് ചോദിച്ചതെന്ന് അവൾക്കു സംശയമായി. അത് കണ്ണിലെ ഇരുട്ടുണ്ടാക്കിയ വെറും തോന്നലാകുമെന്നവൾ കരുതി. അപ്പോഴേക്കും അനീഷ് സാറിന്റെ ഉറക്കെയുള്ള കളിയാക്കൽ കേട്ടു.

'ശിവാ, നിനക്ക് സുഖമില്ലേ. നിന്റെ പെണ്ണിനെ ഞങ്ങൾക്കെന്തിനാ'

ശിവനണ്ണന്റെ അന്വേഷണങ്ങൾ അവിടവിടെ കറങ്ങിക്കൊണ്ടിരുന്നതായി വസുന്ധരയ്ക്ക് തോന്നി. ഉറക്കെ വിളിക്കണമെന്ന് തോ

ന്നിയിട്ടും അവളുടെ ശബ്ദം പൊങ്ങിയില്ല. അവളുടെ കഴുത്തിലമർന്നിരുന്ന വിരലുകൾ വാക്കുകളെ തടഞ്ഞു.

ഇറ്റു വെട്ടം മാത്രം അകത്തേക്ക് കടത്തിവിട്ടുകൊണ്ടിരുന്ന ജന്നലിലെ ചലനം അവൾ ഏറുകണ്ണിട്ടു കണ്ടു. ആറാറു വിരലുകളുള്ള കൈകൾ ഏറെ ഉയരത്തിലുള്ള ജന്നലിന്റെ അഴികളിലൂടെ പിടിച്ചുപിടിച്ചുയരുന്നു. അവൾക്കതുകണ്ട് കഴുത്തിൽ അള്ളാൻ വരുന്നൊരു കടവാവലായിട്ടാണാദ്യം തോന്നിയത്. പക്ഷേ നടുക്കായി കുറ്റിമുടിയുള്ള തല ഉയർന്നു കണ്ടപ്പോൾ അത് ശിവനണ്ണനാണല്ലോ എന്നവൾക്കു മനസ്സിലായി. അപ്പോൾ അനീഷ് പോലീസിന്റെ തെറി വിളിയും ജനലഴികളിലെ പിടിവിട്ടു നിലത്തുവീഴുന്ന കടവാവലിന്റെ കരച്ചിലും കേട്ടു. കഴുത്തിലെ നഖങ്ങൾ കൂടുതൽ അമർന്നതോടെ വസുന്ധരയ്ക്ക് വേദനയും വിചാരങ്ങളുമൊക്കെ നഷ്ടമായി. ഇരുട്ട് ഒരു പുതപ്പു വലിച്ച് അവളുടെ മുഖത്തിട്ടു.

പൂച്ചയുടെ നഖങ്ങൾ അവസാനമായി അവളുടെ നെഞ്ചിലമരുന്നതായി അവളറിഞ്ഞു. വിയർപ്പിൽ കുളിച്ച ഓഫീസർ എഴുന്നേറ്റുചെന്ന് കതകിൽ മുട്ടിവിളിച്ചു.

'അനീഷേ, കാര്യം കൈവിട്ടുപോയല്ലോ'.

പെട്ടെന്ന് തുറന്നടഞ്ഞ വെളിച്ചക്കീറിലൂടെ കറുമ്പൻ പൂച്ച ഓടിരക്ഷപ്പെട്ടു. അപ്പോൾ ചേറ്റുകണ്ടച്ചാലിലെ പിള്ളാരുടെ മീങ്കൊലയോർത്ത് മുഖത്തൊരു പുഞ്ചിരിയോടെ ശ്വാസം മുട്ടിക്കിടക്കുകയായിരുന്നു വസുന്ധര.

**സാറ്റ് കളി - ഒളിച്ചു കളി*
**കളീൽ = കളിയൽ (കളപ്പുര)*

○○

2
ചാവുകേളി

'സുരേടെ മത്തിക്കൊതി ഇന്നോയിന്നലെയോ തൊടങ്ങിയതല്ല. മത്തി ചുട്ടുതിന്നുന്നതിൽ സുരേപ്പോലെതന്നെ അവന്റെ അപ്പനപ്പൂപ്പമ്മാർക്കും കമ്പമാരുന്നെടാ. അവന്റെ പത്തുസെന്റിലല്ലിയോ തലമുറകളായി അവരെ അടക്കിയേക്കുന്നേ. അവരാണേലോ പണ്ടേ മീങ്കൊതിയമ്മാരാ. മത്തീടെ മണമടിച്ചാപ്പിന്നെ മേലേക്കുമേലെ ഒറങ്ങിക്കെടക്കുന്ന ചാവുകൾ കൊതിയേടെ കൊമളേമൂതിക്കൊണ്ട് മണ്ണീന്നു ചാടിക്കേറും'

കൊതിവെള്ളം രഹസ്യമായി വിഴുങ്ങിക്കൊണ്ട് എന്നും വല്യമ്മച്ചി പറയുന്നതു കേട്ടുകേട്ട് ജോസിന് വിശ്വസിക്കാതിരിക്കാൻ കഴിയാതായി.

'അതോണ്ടു നീ പറഞ്ഞ് എങ്ങനേലും സുരേടെ വീട്ടീന്നടിച്ചു പരക്കുന്ന മീംവാട നിർത്തിക്കണം. അവന്റെ വീട്ടിൽ എഴുന്നേറ്റമില്ലാതെ കെടക്കുന്നേന്റെ കാരണം ആ മീഞ്ചുടുന്ന വാടേപ്പിടിച്ച് കുഴീന്നു കരേക്കേറുന്നൊരടെ ചാവുദോഷമാ.'

വല്യമ്മച്ചി ഇളക്കിവിട്ട ചാവുപേടിയോടെ കുറേനാൾ മുമ്പ് സുരയുടെ വീട്ടിലേക്കു ജോസ് ചെന്നത് രാവിലത്തെ തീറ്റിസമയത്തായിരുന്നു. ചന്തേന്നു വാങ്ങിച്ച ബ്ളോക്കുചീനീം ചെറുചേമ്പും പുഴുങ്ങിവച്ചിട്ടു ശ്യാമള സുരയെ കാത്തിരിക്കുകയായിരുന്നു അപ്പോൾ. സ്വപ്നമോൾ കോളേജിൽ പോയ ആ സമയം നോക്കി ശടേന്നു വരാമെന്ന് പറഞ്ഞിട്ടാണ് സുര വാസുവേട്ടന്റെ ഷാപ്പിലേക്കോടിയത്. അതേ വേഗത്തിൽത്തന്നെ തിരിച്ചെത്തിയപ്പോൾ സൂക്ഷംപോലെ ജോസ് സിറ്റൌട്ടിന്റെ അരഭിത്തിയിൽ കാലാട്ടിക്കൊണ്ടിരിക്കുന്നതു കണ്ടു. കള്ളടിച്ചത് ജോസിനെ അറിയിക്കാതിരിക്കാൻ ദൂരേന്നേ ഒരു വല്യ ചിരീമിട്ടുകൊടുത്ത് ശ്വാസം പിടിച്ചോണ്ടു സുര വടക്കേമുറ്റത്തൂടെ അടുക്കളേലോടിക്കേറി. അമൃതാഞ്ജൻ കുപ്പീൽ

വിരലിട്ട് നെറ്റിയിലും കഴുത്തിലും പുരട്ടി മണം വരുത്തിക്കൊണ്ട് നേരെ മുൻവാതിൽ തുറന്ന് ജോസിന്റെ വിശേഷം പറച്ചിൽ കേൾക്കാനെത്തി.

വാതിൽ തുറന്നപ്പോൾത്തന്നെ സുരയേക്കാൾ മുമ്പേ മത്തി ചുട്ടതിന്റെ വാട കുമുകുമാന്നു പുറത്തേക്ക് ചെന്നു. മീന്മണമടിച്ച ജോസിന് വല്യമ്മച്ചി ഏല്പിച്ച സംഗതി ഓർമ്മ വന്നു. പക്ഷേ സുരയോടെങ്ങനെ എടുത്തടിച്ചപ്പോലെ ചാവുദോഷത്തെക്കുറിച്ച് പറയുന്നതെന്നോർത്ത് അയാൾ മടിച്ചിരുന്നു. ജോസ് ആദ്യം സ്വപ്ന യുടെ പഠിത്തക്കാര്യം മുഖവുരേലാക്കി.

'ഏടാ സുരേ, ഡിഗ്രി കഴിഞ്ഞാപ്പിന്നെ സ്വപ്നെ പഠിക്കാൻ വിടാതെ എന്തേലും ജോലിക്കു ശ്രമിക്കണം. നെനക്കുമോരാച്ചാവുമല്ലോ.'

അതൊന്നും സുര ആലോചിച്ചിട്ടുപോലുമില്ല. അന്ന് ജോസ് വന്നതെന്തിനാണെന്ന് സുര ഊഹിച്ചു. അവന്റെ മോൻ വീട്ടിൽ വഴക്കിട്ടുകാണും. ആരോണിന് സ്വപ്നയെ കെട്ടിയേ പറ്റൂന്നാ. അവനവളെ പ്രേമമാണെന്ന് അവൾ തന്നെയാണ് സുരയോട് പറഞ്ഞത്. എല്ലാ കാര്യങ്ങളും അവൾ വീട്ടിൽ പറയാറുണ്ട്.

'എന്റെ പാട്ട് കേട്ട് ആരോൺജോസ് കട്ട പ്രണയത്തിലാ. പക്ഷേ കൊറേക്കൂടി ചിന്തിച്ചിട്ടു വരാനാ അച്ചായീ ഞാനവനോടു പറഞ്ഞേ'

അച്ഛനുമമ്മേം ഒന്നിച്ചു ഞെട്ടിയതു കണ്ട് സ്വപ്ന രണ്ടു പേരുടെയും തോളിൽ കയ്യിട്ടോണ്ടു കളിയാക്കി.

'അവനെന്റെ പാട്ടും സ്നേഹോം മതിയെന്നും ജാതീം മതോമൊന്നും പ്രശ്നമല്ലെന്നുമാ പറഞ്ഞേ. എല്ലാം ഞാനങ്ങു സമ്മതിച്ചു. പക്ഷേ ഒരു നിബന്ധന വച്ചു.'

സ്വപ്നമോൾ വീട്ടുകാരെ കുരുതി കൊടുപ്പിക്കുമെന്നോർത്തു പുകയാൻ തുടങ്ങിയ ശ്യാമളേം സുരയേം ചേർത്തു പിടിച്ചിട്ടവൾ ആരോണിനോട് പറഞ്ഞതു കേൾപ്പിച്ചു.

'എടാ ആരോണേ. നീ ദൂരെന്നു പ്രേമിക്കുന്നേനു കൊഴപ്പമില്ല. പക്ഷേ നിന്റെ വീട്ടുകാരടെം പള്ളിക്കാരടെം സമ്മതപത്രം എഴുതി ഒപ്പിട്ടു സീലും വച്ചോണ്ട് വന്നാലേ ഞാൻ കല്യാണത്തിനു സമ്മതിക്കൂ. അല്ലാണ്ടെന്റെ പൊറകേ നടക്കണ്ടാ. ടൈം വേസ്റ്റാടാ.'

സ്വപ്നയെ സ്വന്തമാക്കാനായി എന്തിനും സമ്മതമായിരുന്നെന്ന് ആ ചെറുക്കനവളോടു പറഞ്ഞു. ജോസ് അരഭിത്തീലെ കാലാട്ടം തീർത്തിട്ട് ആരോണിനു വേണ്ടി പെണ്ണു ചോദിക്കുമെന്ന് സുര

തീർച്ചയാക്കി. വാതിലിന്റപ്പുറത്തെ മീന്മണമാസ്വദിച്ചോണ്ടിരുന്ന ശ്യാമളേം അതുതന്നെ ചിന്തിച്ചു. ജോസ് കാലാട്ടം നിർത്തി.'

'സുരേ, വല്യമ്മച്ചിയൊക്കെ പഴേ മനുഷമ്മാരാന്നു നെനക്കറിയാവല്ലോ. അവരടത്രേം ജീവിതം നമ്മളൊന്നും കണ്ടിട്ടില്ലെടാ.'

ആരോണിനു സ്വപ്ന കൊടുത്ത മറുപടി തന്നെ ജോസിനും കൊടുക്കാൻ സുര തയ്യാറായി നിന്നു. പക്ഷേ ജോസ് വീണ്ടും വല്യമ്മച്ചിയെ കൂട്ടീന്നെറക്കി.

'സുരേ, വല്യമ്മച്ചി പറേന്നതൊക്കെ ശരിയാടാ. നിന്റെ വീട്ടിൽ ഒരെഴുന്നേറ്റോമില്ലാത്തതു ചാവുദോഷം കൊണ്ടാ.'

തന്റെ വീട്ടിൽ ആരെങ്കിലും എഴുന്നേറ്റമില്ലാതെ കിടക്കുന്നതായി സുരയ്ക്കൊരിക്കലും തോന്നീട്ടില്ലായിരുന്നു. ശ്യാമളേടെ പ്രസവത്തിനും കുഞ്ഞിന്റെ കുത്തിവയ്പിനുമായല്ലാതെ ഇന്നേവരെ ആശുപത്രിയിൽ പോയിട്ടില്ല. സ്വപ്നയാണെങ്കിൽ നല്ല മിടുക്കിയായി പഠിക്കുന്നു. പോരെങ്കിൽ നാടൻപാട്ടിനും കവിതയെഴുത്തിനും അവളായിരുന്നു എന്നും ജില്ലയിലൊന്നാമത്. അവൾ സ്വന്തമായിട്ടെഴുതി ഈണം കൊടുത്ത നാടൻപാട്ടുകൾ ഒത്തിരിയുണ്ട്. സുരയ്ക്ക് അവളേക്കുറിച്ചോർക്കുമ്പോൾ വല്യ അഭിമാനമാണ്.

'നിന്റപ്പൂപ്പൻ പപ്പുവാശാൻ പേരു കേട്ട വൈദ്യനാരുന്നു.'

ചെറുപ്പം തൊട്ടേ സുര അങ്ങനെന്തെല്ലാം കേട്ടിരിക്കുന്നു. വൈദ്യവും മന്ത്രവാദവും കൊണ്ട് നാട്ടുകാരുടെ പ്രിയപ്പെട്ടവരായിരുന്നു അവന്റെ പൂർവ്വികർ. ഏതു കൊമ്പത്തെ കൊടികെട്ടിയ ദീനത്തിനും പപ്പുവൈദ്യന്റെ കഷായം മതി. കണ്ടത്തിൽ കതിരിട്ടു നിൽക്കുന്ന നെല്ലുനോക്കി പറന്നടുക്കുന്ന ചാഴിയെ തടയാൻ പപ്പുവൈദ്യൻ ഓതിയാൽ മതിയായിരുന്നു. കതിരിടുന്ന കാലങ്ങളിൽ കണ്ടത്തിന്റപ്പുറത്തെ കാട്ടിൽ പമ്മിയിരിക്കുന്ന ചാഴിപ്പൂതങ്ങൾ പപ്പുവൈദ്യരുടെ ചാക്കാലക്കുവേണ്ടി ചീവീടുകളുടെ ശബ്ദത്തിൽ പ്രാർത്ഥിക്കുമായിരുന്നു. കാട്ടുകൊതി കിട്ടി വയറുവീർത്തു മോങ്ങുന്ന ജോസിനേം കൊണ്ട് അവന്റെ വല്യമ്മച്ചി എത്ര തവണയാണ് അപ്പൂപ്പന്റടുത്തേക്കു വന്നിരിക്കുന്നത്. ഉപ്പുമ്മൊളകോതിക്കൊടുത്തത് നാക്കിലോട്ടിട്ടാൽ നിമിഷനേരം കൊണ്ട് അവന്റെ കൊതിയൊക്കെ പമ്പ കടക്കുമായിരുന്നു. എന്നാലോ സുരയുടെ അപ്പന്റെ കയ്യിലൊതുങ്ങാതെ വൈദ്യവും മന്ത്രവാദവുമൊക്കെ നാടുവിട്ടുപോയി. ചാഴിയുംചെല്ലിയുമൊക്കെ തിരിച്ചു വന്നത് അന്നായിരുന്നു. പണ്ടുപുരാതനത്തിൽ ഏതോ കാർന്നോരു തുടങ്ങിവച്ചതാണെല്ലാം. അതെല്ലാവർക്കുമറിയാം. പക്ഷേ വല്യമ്മച്ചി പുതിയതായി എന്തോ

ന്ന് കണ്ടുപിടിച്ചെന്നാ പറയുന്നതെന്ന് സുര വീണ്ടും വീണ്ടും ചോദിച്ചപ്പോൾ ജോസിന് നാണം വന്നു.

'ശരിക്കും ഞങ്ങളൊക്കെ വിശ്വസിക്കരുതാത്തതാ. എന്നാലും എല്ലാം അന്ധവിശ്വാസമാന്നും പറഞ്ഞോണ്ട് നമ്മക്കങ്ങു തള്ളിക്കളയാമ്പറ്റത്തില്ലെടാ.'

വല്യമ്മച്ചിയൊക്കെ ഒത്തിരി ജീവിതങ്ങൾ കണ്ടതാണെന്നു ജോസ് പറഞ്ഞതുകേട്ട് ശ്യാമളയാണ് ആദ്യം തല കുലുക്കിയത്.

'നേരാ ജോസച്ചായാ. ഒന്നൂടെപ്പറ'

ഒത്തിരി ആലോചിച്ചപ്പോൾ സുരയുടെ വീട്ടിലെ ദോഷം മാറ്റാൻ കഴിവുള്ള ഒരു സിദ്ധനെ ജോസിനോർമ്മ വന്നു.

അടുത്ത ദിവസം അതിരാവിലെ ജോസിന്റെ ബുള്ളറ്റിന്റെ പുറകിലിരുന്ന് ചെവിയിൽ ചൂളം കുത്തിയ ഈറൻകാറ്റു കൊടുത്ത ജലദോഷത്തോടെ സുര സിദ്ധന്റെ മുമ്പിലെത്തി. പലകയിൽ ചിതറിയ കവടികൾ സുരയുടെ വീട്ടിലേക്കുള്ള ചാവുദോഷങ്ങളുടെ വരത്തുപോക്കു കാണിച്ചുകൊടുത്തു. അപ്പനപ്പൂപ്പന്മാരാകെ ഇളകിക്കഴിഞ്ഞു. ആ വീടൊഴിഞ്ഞു പോകുന്നതാണ് എല്ലാരുടെം ആയുസ്സിന് നല്ലത്. തിരിച്ചുള്ള യാത്രയിൽ ജോസിന്റെ കുറ്റപ്പെടുത്തലുകൾ ബുള്ളറ്റിന്റെ ശബ്ദത്തെ തോൽപ്പിച്ചുകൊണ്ടിരുന്നു.

'സുരേ, ഇപ്പോളെന്തായി? മത്തി ചുട്ടുചുട്ടു നീയും പെണ്ണുമ്പിള്ളേം കൂടെ അവടൊരു പ്രേതവീടാക്കിയല്ലോടാ. വല്യമ്മച്ചി പറേമ്പം നിങ്ങക്ക് പുച്ഛമല്ലാരുന്നോ'

'ഞാനെന്നാ ചെയ്യും ജോസേ. ഞങ്ങളെങ്ങോട്ടു പോവും ജോസേ?'

ആ ചോദ്യം ജോസിന്റെ ഹൃദയം തൊട്ടു. സുരയുടെ മേലേക്ക് അതിൽനിന്നു സ്നേഹം ഉരുകിയുരുകി വീണുകൊണ്ടിരുന്നു. തിരിച്ചുപോരുമ്പോൾ ബുള്ളറ്റ് ചന്തമുക്കിൽ ചവിട്ടിനിർത്തീട്ട് ജോസ് ചിരിച്ചു.

'പോംവഴി ആലോചിച്ചോണ്ട് നീ നടന്നോടാ. നമ്മക്കെന്തേലും ചെയ്യാം. നീ സമാതാനമായിരി.'

മിണ്ടാട്ടം മുട്ടിപ്പോയ സുരയെ പറന്നകന്ന ബുള്ളറ്റിന്റെ പുക തലോടി സാന്ത്വനിപ്പിച്ചു. അവൻ വിശാലമായ തരിശുകണ്ടങ്ങളെ ചുറ്റി നടന്നു. വൈകുന്നേരം ഓടിക്കിതച്ചെത്തിയ ശ്യാമള കണ്ടത്തിൻവരമ്പത്തെ പാറപ്പുറത്തു കിടക്കുന്ന സുരയെ കണ്ടുപിടിച്ചു.

'ഞാനെവടെല്ലാം നോക്കിയെന്റണ്ണാ. മനുഷേനെ പേടിപ്പിച്ചുകളഞ്ഞല്ലോ. ജോസച്ചാൻ എന്നോടെല്ലാം പറഞ്ഞണ്ണാ.'

അപ്പനപ്പൂപ്പമ്മാർ കൊടുത്ത പണിക്കു പലിശകൂട്ടി തിരിച്ചുകൊടുക്കാനുള്ള വഴി അവൾക്കു ജോസ് പറഞ്ഞുകൊടുത്തിരുന്നു.

'വീടും സ്ഥലവും വില്പനക്ക്.'

അച്ചടിയക്ഷരത്തിൽ ആരോൺ ജോസ് എഴുതിക്കൊടുത്ത പരസ്യപ്പലകയുമായി ജോസ് അടുത്ത ദിവസം പ്രത്യക്ഷപ്പെട്ടു. കുഴിച്ചു നാട്ടിയ പരസ്യത്തിന് മുമ്പിൽ നിന്നപ്പോൾ സുര പ്രാർഥിച്ചത് വാങ്ങാൻ ആരും വരല്ലേന്നായിരുന്നു. മുപ്പതു വർഷം വിയർപ്പൊഴുക്കിയും കടോമെടോം വാങ്ങിച്ചുമുണ്ടാക്കിയ വാർക്കവീടാണ്. അതിന്റെ മുമ്പിൽ ഒരു പട്ടികക്കഷ്ണത്തിൽ പൊങ്ങിയിരുന്ന് ആ വീഞ്ഞപ്പലകയിലെ പരസ്യം അയാളെ കൊഞ്ഞനംകുത്തി.

സ്വപ്നമോൾ ആ പരസ്യാക്ഷരത്തിന്റെ ഭംഗി നോക്കിനിന്ന് അതിന്റെ രചയിതാവിന്റെ കഴിവിനെ പുകഴ്ത്തിക്കൊണ്ടിരുന്നു. അപ്പോൾ തോന്നിയ പുതിയൊരു നാടൻപാട്ടിന്റെ ഈരടികൾ ഡയറീൽ കുറിച്ചിടാനായി അവൾ വീട്ടിലേക്കോടിക്കേറിപ്പോയി. വീടു വിൽക്കുന്നതിൽ വിഷമിച്ചു സ്വപ്നക്കൊച്ചു വല്ല കടുംകൈയും ചെയ്യുമോന്നോർത്താണ് ശ്യാമള പുറകേ ചെന്നത്. സ്വപ്ന ഫോണെടുത്ത് ആരോണിനെ വിളിക്കുന്നതവൾ കേട്ടു. മുറീന്ന് തുള്ളിച്ചാടിയിറങ്ങിയ പെണ്ണും ഒളിഞ്ഞുകേട്ടോണ്ടിരുന്ന ശ്യാമളേം കൂട്ടിയിടിച്ച് നെറ്റീം തടവി വേദനിച്ചോണ്ടിരുന്നപ്പോൾത്തന്നെ പെണ്ണ് അമ്മയോടെല്ലാം പറഞ്ഞു.

'നമ്മടെ ആരോണൊരു പാവമാമ്മേ. ജാതീം മതോമൊന്നും മാറണ്ടാന്നവൻ പറഞ്ഞു. അതാ അവന്റെ അപ്പനുമമ്മേം വല്യമ്മച്ചീമൊക്കെ ഇത്തറേമടുപ്പം കാണിക്കുന്നേ.'

ശ്യാമളേടസ്ഥാളിപ്പ് അപ്പൊൾത്തന്നെ സുരേക്കേറി ചുറ്റിക്കളഞ്ഞു.

വീടുവിൽപ്പനയുടെ പരസ്യബോർഡ് മൂന്നു മാസം ഞെളിഞ്ഞു നിന്നിട്ട് മുക്കാലും ചിതൽ തിന്ന് തലേംകുത്തി വീണു. അതുകൊണ്ട് ജോസ് വാശിയോടെ രംഗത്തിറങ്ങി. അയാളുടെ ബുള്ളറ്റിലള്ളിപ്പിടിച്ചിരുന്നു സുര പലയിടത്തും വീടന്വേഷിച്ചു. കൈക്കുതകിയ വീടും സ്ഥലോം കിട്ടാതിരുന്നപ്പോൾ ജോസുകുട്ടി ലൈനൊന്നു മാറ്റിപ്പിടിച്ചു. സുരേടയ്യത്തെ ചാവമ്മാരടെ വാശിയങ്ങനെ വിട്ടുകൊടുക്കാൻ പറ്റുമോ.

ജോസിന്റെ വല്യമ്മച്ചി സുരേടെ വീട്ടിലെത്തി. ചൂടാറാപ്പാത്രത്തിലടച്ച വെള്ളേപ്പോം താറാവുകറീം ശ്യാമളയുടെ കയ്യിൽ കൊടുത്തിട്ട് അവർ സിറ്റൗട്ടിലെ കസേരയിലിരുന്നു കിതപ്പാറ്റി. അവർ കൊണ്ടുവന്ന ഗരംമസാലേടെ മണമുള്ള വാർത്ത കേട്ട് സുരയ്ക്കും

ശ്യാമളയ്ക്കും വല്ലാത്ത കുളിരു തോന്നി. വല്യമ്മച്ചീടെ ആങ്ങളേടെ സ്ഥലം വല്യ വിലയൊന്നും കൊടുക്കാതെ സുരയ്ക്കു കിട്ടും. നല്ല കണ്ണായ സ്ഥലമാണ്. ജോസ് ഇടപെട്ടതുകൊണ്ടാണ്. ഒരു കൊച്ചു വീടും പണിത് ഒന്നിനേം പേടിക്കാണ്ടങ്ങനെ കഴിയാം. ചാവുകളോ ചാവാത്തോരോ ഒന്നും അങ്ങോട്ടു വരുമെന്ന അലാഹോം വേണ്ടാ.

'നീയിങ്ങനെ പരസ്യക്കുറ്റീമടിച്ചു മുട്ടിനെടേ തലേം വച്ചോണ്ടിരുന്നോടാ. ഞങ്ങടെ ജോസില്ലാരുന്നേ കാണാമാരുന്നു. അവന്റൊരു കഷ്ടപ്പാട് കണ്ടോ.'

ആരോണിന്റെ വീട്ടീന്ന് കൊണ്ടുവന്ന ചൂടാറാപ്പാത്രം തുറന്ന് ഒരു കഷണം താറാവിന്റെ സ്വാദറിഞ്ഞപ്പോൾ സ്വപ്നയ്ക്ക് ആരോണിന്റെ വല്യമ്മച്ചിയെ കാണാൻ കൊതി തോന്നി. ശ്യാമളേടെ പുറകിൽ അവളുടെ തലവെട്ടം കണ്ടപ്പോൾ വല്യമ്മച്ചി 'സ്വപ്നമോളേ'ന്നു വിളിച്ചു. അവൾ 'എന്തോ'ന്നു വിളി കേട്ടു. എന്നിട്ട് നാണിച്ചു വാതിൽ മറവിലേക്കും ചൂടാറാപ്പാത്രത്തിന്നടുത്തേക്കും തിരിച്ചുപോയി. അടപ്പു പൊക്കി വീണ്ടും ഒരു കഷണം താറാവിനെയെടുത്തിട്ട് സ്വപ്നമോൾ പതിയെപ്പറഞ്ഞു: എടാ ആരോണെ, നീ എല്ലാം വീട്ടിപ്പറഞ്ഞല്ലോ. നിന്നെ ഞാൻ സ്നേഹിച്ചു കൊല്ലുമെടാ. എന്നിട്ടവൾ മസാലമണമുള്ള ചൂടൻ ആരോണെ ചവച്ചരച്ചു തിന്നുതീർത്തു.

കാശില്ലാത്തതിനാലാണ് സുര തടസ്സം നിന്നത്.

'എന്റെ മാമന് നിന്നെ വിശ്വാസമാടാ. മാമന് ഞാമ്പറഞ്ഞാലപ്പറമില്ല. ആറു മാസത്തിനകം കാശ് കൊടുത്താ മതി. അവിടൊരു കൊച്ചുവീടും വക്കണം. '

'പക്ഷേ, കാശെന്തിയേടാ?'

'ഫാ പുല്ലേ, നെനക്കീ ജോസ് വീടു വച്ചുതരും. ദേണ്ട്. ഇങ്ങോട്ടു നോക്കിയേ. എല്ലാംകൂടെ നീയാ പ്രേതവീട് വിറ്റിട്ടു തന്നാമതി. അതിനൊരാറു മാസം സമയം തരാം.'

വീടിന്റെ പണിസൈറ്റ് ശ്യാമളക്കും സ്വപ്നക്കും ബോധിച്ചു. നല്ല തട്ടൊത്ത ഭൂമി. പുറകിലായി എപ്പഴും തെളിവെള്ളം കൊതീംനൊണേം പറഞ്ഞൊഴുകുന്ന കൈത്തോട്. പുര വച്ചാലും പിന്നേം അയ്യത്ത് അമ്പതു മൂട് ചീനി നടാമായിരുന്നു. ചുറ്റും അസൂയക്കാരാ. അതുകൊണ്ട് അടുപ്പത്തിനു പോകണ്ടാന്ന് ജോസ് പറഞ്ഞു. മാമന്റെ സ്ഥലം ചുളുവെലയ്ക്കു തട്ടിയെടുക്കാനിരുന്ന ടീമുകളാണ്. വീടുപണി കാണാൻ ഇടയ്ക്കിടെയെത്തിയ വയസ്സന്മാരോട്

ഉരിയാടാതിരിക്കാൻ ജോസ് ഒരുപാട് ശ്രദ്ധിച്ചു. ആറുമാസം കഴിഞ്ഞപ്പോഴേക്കും രണ്ടുമുറീം അടുക്കളേം അകത്തു കക്കൂസുമുള്ള വീടുപണി തീർന്നു. മുകളിൽ ഷീറ്റാണെങ്കിലും കാശുണ്ടാവുമ്പോൾ വാർക്കാൻ പറ്റുമെന്ന് ജോസ് ധൈര്യം കേറ്റി. പാലുകാച്ചിന്റന്നു രാത്രിയിൽ പുത്തൻവീട്ടിൽ ബീഫും ബ്രാണ്ടീമടിച്ചോണ്ടിരുന്ന ജോസിന്റെ കഴുത്തേൽ കെട്ടിപ്പിടിച്ചു സുര ഒത്തിരി നേരം കരഞ്ഞു.

'ജോസേ, നീയെന്റെ അയ്യപ്പനാടാ.'

ജോസ് സമ്മാനം, കൊടുത്ത ശ്രീരാമപട്ടാഭിഷേകത്തിന്റെ ഫ്രെയിം ചെയ്തൊരു പടം ഭിത്തിയിൽ തൂങ്ങിക്കിടന്ന് അനുഗ്രഹിച്ചു. ജോസിനെ വിളിച്ചോണ്ട് തിരിച്ചുപോകാൻ ചെന്ന വല്യമ്മച്ചിക്കു സുരേടെ കരച്ചിൽ കണ്ടു ദയ തോന്നി.

'ഇവിടെ നീ എത്തറ മത്തി വേണേലും ധൈര്യമായിട്ടു ചുട്ടുതിന്നോടാ. ഞങ്ങടെ അപ്പാപ്പമ്മാരടെ സ്ഥലമാ. മണമടിച്ചാലാരും കൊതീം കൊണ്ടു തിരിച്ചു കേറത്തില്ല. അവരു കാണാത്ത മത്തീമയലേ മൊണ്ടോ'

താമസം തുടങ്ങി ഒരുമാസം കഴിഞ്ഞിട്ടും ജോസിന്റെ കടം തീർത്തില്ലല്ലോന്നോർത്തു ശ്യാമളേം സുരേം രാത്രിയാകെ നെടുവീർപ്പുകൊണ്ട് നിറയ്ക്കുന്നതു സ്വപ്നയറിഞ്ഞു. അന്നേരമെല്ലാം ഈ പഴേ ആളുകൾക്ക് സന്ധ്യയായാലൊടനേ തല പുണ്ണാക്കാനെന്തെങ്കിലുമൊന്നു കിട്ടുമെന്ന് അവളോർത്തു. കടത്തിന്റെ കുത്തൽ മനസ്സിൽ കേറിക്കേറി ഉറങ്ങാൻ പറ്റാണ്ടായപ്പോൾ സുരേം ശ്യാമളേം ജോസിനേം കൂട്ടി ആധാരമെഴുത്തുകാരന്റടുത്ത് പോയി. പ്രേതഭൂമീം വാർക്കവീടും ജോസിന്റെ പേരിലാക്കീട്ട് രജിസ്റ്റാറാപ്പീസിന്റെ മുമ്പിലെ ഹോട്ടലീന്നു ബീഫുബിരിയാണീം തിന്ന് ഒരെണ്ണം പാഴ്സലുമാക്കി മനസ്സമാധാനത്തോടെ അവർ തിരിച്ചുപോയി.

കൈവെള്ളയിലെ ബിരിയാണിമണമാസ്വദിച്ചോണ്ട് സ്വപ്ന വരാലിന്റെ ഒളിജീവിതം കാണാൻ തോട്ടുങ്കരച്ചെന്നു നോക്കിനിന്നു. വലിയ രണ്ട് വരാലുകൾ തോട്ടിലേക്കു വളർന്നുകിടക്കുന്ന ചപ്പിലകളിലൊളിച്ചിരിക്കുന്നതവൾ കണ്ടു. അവരെ പുറത്തു വരുത്താനായി അവളൊരു നാടൻ പാട്ടിന്റെ ഏലേലോ...ഏലേലോ.. പാടി. രണ്ടുപേരും അത് കേൾക്കാത്ത മട്ടിൽ കണ്ണുരുട്ടി അവളെ നോക്കി ഇലകൾക്കിടയിൽത്തന്നെ കിടന്നു. അവളുടെ വായ്ത്താരി കേട്ടായിരിക്കും വെള്ളത്തിൽ വട്ടംവട്ടം വര വരച്ചോണ്ട് പെട്ടെന്ന് മഴ ചാറി. അവൾ വീട്ടിലേക്കോടിച്ചെന്നു. തകരഷീറ്റിൽ മഴ കൊത്തങ്കല്ലാടുന്ന ശബ്ദം കേട്ടോണ്ടിരുന്നു. നല്ല രസം. അവൾ

ചുമ്മാതെ ജീവിതത്തിന്റെ അർത്ഥമാലോചിച്ചു.

'നീ വിചാരിക്കുന്നപോലല്ല. നമ്മടെ ജീവിതം ആസ്വദിക്കാനുള്ളതാ. നിന്റെ പാട്ടിന്റെ താളം നമ്മടെ ജീവിതത്തിലേക്കും കൊണ്ടുവരണം.'

അവൾ ആരോണിന്റെ കൈകളിൽ ഒതുങ്ങിക്കൂടുമ്പോഴൊക്കെ കേൾക്കുന്നതാണ്. തകരഷീറ്റിലെ നൂൽമഴയുടെ ഇളംതാളത്തിനൊപ്പിച്ച് അവളൊരു നാടൻപാട്ടിന്റെ നാല് വരിയെഴുതി മൂളിത്തുടങ്ങി. അതിഷ്ടപ്പെട്ട മഴ താളവേഗം കൂട്ടിനോക്കി. പിന്നെ മത്സരമായിരുന്നു. സ്വപ്നേം പാട്ടിന്റെ ടെമ്പോ കൂട്ടിക്കൊടുത്തു. മഴയ്ക്ക് വാശി. പിന്നെ മഴേം സ്വപ്നേം കൂടി ഭയങ്കര മത്സരമായി. പാട്ടിന്റെ താളത്തിനൊപ്പിച്ചു മഴനൂലുകൾ തടിച്ചുകൊഴുത്തോണ്ടിരുന്നു. തകരഷീറ്റു പൊളിക്കുന്ന മഴമുഴക്കങ്ങൾ കേട്ട് തല മന്ദിച്ച് പാട്ടു മറന്ന സ്വപ്ന അച്ഛന്റേമമ്മേടേമെടുത്തു പോയിരുന്നു. കിഴക്കോട്ടു നോക്കിയിട്ട് 'നമ്മടപ്രത്തെ കൈത്തോടൊലിച്ചുപോയെന്റമ്മേ'ന്നു വിളിച്ചുപറഞ്ഞു. നേരാണല്ലോന്ന് ശ്യാമളയ്ക്കും തോന്നി. മഴയുടെ പാട്ടുത്സവം തുടങ്ങി രണ്ട് ദിവസം കഴിഞ്ഞപ്പോൾ കിണറും കക്കൂസും അടുക്കളേം സിറ്റൗട്ടുമെല്ലാം ഒന്നിപ്പിച്ചോണ്ട് അച്ചൻകോവിലാറ് അവരെ വള്ളത്തേക്കേറ്റിവിട്ടു. പഞ്ചായത്തിലെ പ്ലാസ്റ്റിക്കു മുഴുവനും പൂത്തുലഞ്ഞുകിടന്ന വെള്ളത്തിലൂടെ അവരേംകൊണ്ട് സർക്കാർസ്കൂളിലേക്ക് വള്ളം പാഞ്ഞു. പുത്തൻവീട്ടിലേക്ക് അതുവരെ തിരിഞ്ഞുനോക്കാത്ത അയൽക്കാർ അവരേക്കുറിച്ചു പറഞ്ഞു ചിരിച്ചതെല്ലാം വള്ളപ്പാച്ചിലിലും സുര കേട്ടു.

'വെള്ളക്കെട്ടിൽ വീടുവച്ച മണ്ടൻ. വസ്തുക്കച്ചോടോം വീടുപണീമെല്ലാം ഗോപ്യമാരുന്നല്ലോ.'

'അതൊണ്ടിപ്പോ ചൂളുവിനു വള്ളത്തെക്കേറുവേം സർക്കാർ ചെലവേ കഴിയുവേം ചെയ്യാം. ഏറ്റ കക്ഷികളാ.'

ദുരിതാശ്വാസ ക്യാംപിൽ നല്ല തമാശയായിരുന്നു. ഇരുപതിലേറെ വീട്ടുകാർ ഒന്നിച്ചുറങ്ങിയുമുണ്ടും കഴിയുകയായിരുന്നു. രാത്രീ രാത്രി സ്വപ്നേടെ നാടൻപാട്ടുണ്ടായിരുന്നു. രണ്ടാഴ്ച കഴിഞ്ഞപ്പോഴാണ് മഴയുടെ തൊണ്ട ഇടറിത്തുടങ്ങിയത്. കച്ചേരി തീർത്ത് മഴ മാഞ്ഞുപോയി. എങ്കിലും അവർക്ക് വീട്ടിലേക്കു പോകാൻ ഒരാഴ്ച കൂടെ കഴിയണമായിരുന്നു. വെയിൽ തിരിച്ചുവന്നപ്പോൾ അളിഞ്ഞ പായലും ചെളീം വാട പരത്തി.

മഴ നിന്നപ്പോഴാണ് അത്രേന്നാൾ മിണ്ടാതെ മിറുങ്ങാതെ കഴിഞ്ഞ സുരയ്ക്ക് ഒരു കുപ്പി കള്ളടിക്കാനുള്ള പൂതിയുണ്ടായത്. ഷാ

പ്പുപടീലൊന്നും വെള്ളം കേറിയില്ലെന്ന് വള്ളക്കാരൻ പറഞ്ഞപ്പോൾ സമാധാനമായി. തോന്നിയ മൂച്ചിന് ശ്യാമളയോടു പറഞ്ഞിട്ട് പാട്ട ഫോണും എളിയിൽ ചൊരുകി വള്ളത്തേലിരുന്ന് തുഴക്കാരനോട് രഹസ്യം പറഞ്ഞു.

'ബാ. നമ്മക്ക് ഷാപ്പുപടീവരെ പാം. ചെലവു ഞാനാ.'

ഷാപ്പിലെ വാസുവേട്ടന്റെ കുറേ ഉപദേശം കേട്ടുകഴിഞ്ഞപ്പോൾ ഒരു കുപ്പി കള്ളുകൂടി കുടിക്കണമെന്ന് സുരയ്ക്ക് തോന്നി. കപ്പേം മീങ്കറീം ബാക്കി വച്ചിട്ടു പോവാനൊരു മടി.

'തീരാത്ത കൊതീടെ കൊളുത്തിപ്പിടുത്തം കഷ്ടപ്പെടുത്താത്ത ഏവനെങ്കിലുമൊണ്ടോ വാസുവേട്ടാ. ഒരൂപ്പീം കൂടെത്താ.'

'മതിയെടാ എവടാന്നുവെച്ചാപ്പോയിട്ടു വാ. അന്നേരത്തേക്കു ഞാൻ നല്ല വെടിക്കെട്ടു സാധനം തരാം.'

വാസുവേട്ടനോട് 'ഓക്കേ സീ യൂ' പറഞ്ഞ് വെള്ളമിറങ്ങാൻ തുടങ്ങിയ കണ്ടത്തിലെ മീങ്കളീം നോക്കി രസിച്ച് ജോസിന്റെ വീട്ടിലേക്കു സുര നടന്നു. പഴേവീട്ടിൽ മത്തി കേറ്റിപ്പോവരുതെന്ന ജോസിന്റെ ഉത്തരവിനെക്കുറിച്ചായിരുന്നു അയാളുടെ ചിന്ത.

ജോസില്ലായിരുന്നെങ്കിൽ ജീവിതം കട്ടപ്പുകയായേനേം. ചാവമ്മാരീന്നു രക്ഷിച്ചതവനല്ലിയോ. കള്ളു കുടിച്ചെന്നറിഞ്ഞാലും 'പോടാ പോടാന്നു' പറയത്തേയുള്ളൂ. എന്നാലും ഇന്നു ഷാപ്പീന്നു കപ്പേം മീങ്കറീം കഴിച്ചെന്നറിഞ്ഞാലവൻ പെണങ്ങും.

കയ്യാലയിൽ പടർന്നു കിടന്ന അനച്ചകത്തിന്റില ഒരുകുത്തു പറിച്ച് വായിലിട്ടു ചവച്ചോണ്ട് കൊച്ചുന്നാളിൽ ഓടിക്കളിച്ചുനടന്ന ഇടവഴികളിലൂടെ സുര നടന്നു. ജോസ് വില്ലേടെ അടഞ്ഞുകിടന്ന ഗേറ്റിന്റെ കുറ്റി അകത്തൂന്നു പൂട്ടിയിരുന്നു. കുറ്റിയനക്കിയനക്കി സുരേടെ കൈ തളർന്നതു മിച്ചം. 'ജോസേ കൂയ്'ന്നു പിന്നെയും പിന്നെയും വിളിച്ചു ക്ഷീണിച്ചപ്പോഴാണ് അകത്തൂന്നു പട്ടിയും ആരോണും കൂടി ഇറങ്ങിവന്നത്. ആരോൺ ചിരിച്ചോണ്ടു വരുന്നതിനു മുമ്പു തന്നെ ആ കറുത്ത പട്ടി ഗേറ്റിന്റേത്രേം പൊക്കത്തിലെഴുന്നേറ്റു നിന്ന് ഏതാണ്ടൊക്കെയോ കുരച്ചു ചോദിച്ചു. പുതിയ പട്ടിയായിരുന്നു. സുരയ്ക്കതിനെ പരിചയമില്ലാത്തോണ്ടാണെന്ന് ആരോൺ പറഞ്ഞു. അകത്തൂന്ന് 'അതാരാ ആരോണേ'ന്നു ചോദിച്ചോണ്ട് ഒരു പെണ്ണിറങ്ങിച്ചെന്നു. അതവന്റെ പുതുമണവാട്ടിയാണെന്നു പരിചയപ്പെടുത്തി. ജോസും പെണ്ണുമ്പിള്ളേം വല്യമ്മച്ചീമൊക്കെ അവരു വാങ്ങിച്ച പുതിയ വീട്ടിലാണ് താമസമെന്ന് അവൻ പറഞ്ഞു. അതെവിടാണെന്നു ചോദിച്ചപ്പോൾ ആരോൺ

തമാശിച്ചു ചിരിച്ചു. ആ പട്ടീം ചിരിപോലെ മോങ്ങി.

'ഒന്നു പോ അങ്കിളേ. അങ്കിളിനോട് വാങ്ങിച്ച വീടല്ലിയോ. ഇപ്പഴേ മറന്നോ.'

എളീലിരുന്ന പാട്ടഫോൺ ചിലച്ചു. ഫോണിലെ ശ്യാമളേടെ വഴക്കുപറച്ചിൽ കേൾക്കാതെ അവളോട് വാർത്ത പറഞ്ഞു.

'എടീ നമ്മടെ ആരോമ്മോന്റെ കെട്ടുകഴിഞ്ഞെടീ. വെള്ളപ്പൊക്കമായോണ്ടാ നമ്മളെ വിളിക്കാഞ്ഞേ. നല്ല പെണ്ണാടീ.'

അവളെന്തിനാ അപ്പത്തന്നെ ഫോൺ നിർത്തിക്കളഞ്ഞതെന്ന് സുര ആലോചിച്ചു. ആ ആർക്കറിയാം. ആരോണിന്റെ അടുത്തുനിന്നും പോകുമ്പോൾ സുരയുടെ മനസ്സുനിറയെ മണ്ണിൽ നിന്നും കൊതിക്കുമിളയൂതിയിരുന്ന ചാവുകളായിരുന്നു.

വീടിന്റെ മുഖം ആകപ്പാടെ മിനുക്കിയിരുന്നു. വാതിൽമണി കിളിപ്പാട്ടുപാടി. കാത്തുനിന്നപ്പോൾ കതകു തുറന്ന് ജോസും ലിസീമെത്തി. അവരേക്കാൾ മുമ്പെ ചുട്ടമത്തിയുടെ മണവും അകത്തൂന്നു ചാടിയിറങ്ങിച്ചെന്നു. സുര സ്വയം മറന്നു.

'എന്തോയിനാ ഞാനിപ്പമിവടെ വന്നേ?'

അയാൾ രണ്ടു പേരേം മാറിമാറി നോക്കീട്ടു പരിഭവിച്ചു.

'ഞാമ്മിണ്ടത്തില്ല ജോസേ.'

'എന്തോത്തിനാടാ'

ആരോണിന്റെ കല്യാണമറിയിക്കാഞ്ഞതിന് ജോസ് ക്ഷമ ചോദിച്ചു. സുരേടെ സൗണ്ടു കേട്ടെത്തിയ വല്യമ്മച്ചി അപ്പോൾ കാലം തെറ്റിയ മഴയെ പഴി പറഞ്ഞു.

'കാര്യത്തോടുക്കുമ്പം എല്ലാ സന്തു ബന്തുക്കളും തനിക്കൊണം കാട്ടും. ഇപ്പം നമ്മടെയൊക്കെ ആ പഴേകാലമൊന്നുമല്ലടാ. ഓരോരുത്തന്റേം ഉള്ള് കള്ളോം ചതീം കൊണ്ടുണ്ടാക്കിയതാ. അതാടാ ഈ കാറ്റും മഴേമിങ്ങനെ.'

അവർ അകത്തേക്കു തിരിച്ചുപോയി ചീനിപ്പുഴുക്കും മത്തി ചുട്ടതും കൊണ്ടുചെന്നു.

'ഇന്നാടാ മത്തിക്കൊതിയാ. നെനക്കിഷ്ടപ്പെട്ടതാ. വയറു നെറച്ചു തിന്നോ.'

'എപ്പഴേലും വായിക്കു രുചിയായിട്ടെന്തുവേലും കഴിക്കാൻ തൊടങ്ങുമ്പോൾ ഓരോ കൊഴമറിച്ചിലുണ്ടാവും. എന്തോ വന്നാലും ഇന്നിതു തിന്നിട്ടേയുള്ളൂ.'

ചിരിച്ചോണ്ട് പിഞ്ഞാണം കൈയിൽ വാങ്ങാൻ തുടങ്ങിയപ്പോൾ സുരേടെ എളീലെ പാട്ടഫോൺ പിന്നേം ചിലച്ചു.

'അയ്യോ അണ്ണാ ഓടിവായോ.'

ഷാപ്പുപടിയിൽ ഒരു കൂട്ടം ആളുകൾ വള്ളോമായി സുരേക്കാത്തിരുപ്പായിട്ട് ഒത്തിരി നേരമായിരുന്നു

൦൦

3
സന്ദേശം

ഒന്നുരണ്ടാഴ്ചയായി പേരറിയാത്ത പലതരം ജന്തുക്കൾ ദിവസവും കുറ്റിക്കാടിറങ്ങി എന്റെ വീട്ടുപടിക്കലൂടെ എങ്ങോട്ടോ പൊയ്ക്കൊണ്ടിരുന്നു. ഇതേവരെ ഒന്നും തിരികെ കാടുകയറുന്നതു കണ്ടില്ല. അവയുടെ നിരന്തരമായ കൊഴിഞ്ഞുപോക്കിൽ എന്റെ കൺമുമ്പിലെ പാടത്തൂടെ ഒരു വഴിത്താര രൂപപ്പെട്ടിരുന്നു. ഭാവിയിലെ ഏതോ അതിവേഗപാതയ്ക്കുള്ള ആദ്യ രേഖപ്പെടുത്തലായിരിക്കുമതെന്ന് അഭിലാഷ് പറഞ്ഞു. കാലാവസ്ഥാമാറ്റം മുൻകൂട്ടിയറിയാനുള്ള കഴിവ് മനുഷ്യനേക്കാളും കൂടുതലായി മറ്റു ജന്തുക്കൾക്കുണ്ടെന്നാണ് അവൻ പറഞ്ഞത്. ഒടുവിലായി കാടിറങ്ങിയത് മയിലുകളായിരുന്നു. ഒന്നിനു പുറകെയൊന്നായി ചെറുദൂരങ്ങളിൽ പറന്നുപറ്റിയും നടന്നും പരസ്പരം നോക്കിനിന്നും വീണ്ടും പറന്നും വിഷാദം മുറ്റിയ ഗദ്ഗദങ്ങളോടെ തൊണ്ടപൊട്ടുമാറുച്ചത്തിൽ കൂവിവിളിച്ചുമുള്ള മയിലുകളുടെ യാത്രയുമവസാനിച്ചു. മയിലുകൾ കാടുംമേടുമുപേക്ഷിച്ചു പോകുന്നത് വരാനിരിക്കുന്ന വരൾച്ചയുടെ സൂചനയെന്ന് അഭിലാഷ് വിജ്ഞാനം വിളമ്പി. പ്രകൃതിയെ നോക്കിനോക്കി വെറുതേ നേരംകൊല്ലുന്ന ഏതോ വിഡ്ഢിയായ ശാസ്ത്രജ്ഞന്റെ കണ്ടുപിടുത്തമാണതെന്ന് അവനതിനൊരു കാരണവും മെനഞ്ഞു. എനിക്കും അങ്ങനെതന്നെ തോന്നി. കണ്ടില്ലേ. ഒരു രക്ഷേമില്ല. ഇനിയാർക്കും മഴേക്കുറിച്ച് ഏറെയൊന്നും പറയാനുണ്ടാവില്ല. കവിതകളായും കഥകളായും ഏറെ പെയ്തുകഴിഞ്ഞു, മഴ. കറുമ്പൻ മേഘത്തിന്റെ പൊടി പോലുമില്ലാത്ത നട്ടുച്ചയ്ക്ക് മഴ ആകാശത്തിന്റെ വർത്തുളാകാരം നെടുകെക്കീറിയെടുത്ത് എന്റെ മുറ്റത്തേക്കു വലിച്ചെറിയുകയായിരുന്നു.

ഈ അഭിലാഷ് എനിക്കും ഉമേഷിനുമിടയിലെ പാലം പോലെ

യാ. പഴയ ബന്ധങ്ങളും ഓർമ്മകളുമൊക്കെ ചുഴഞ്ഞെടുത്തുകൊണ്ടു കുതിച്ചൊഴുകുന്ന കാലനദിയിലെ പാലമാണവൻ.

ഇന്നലെ രാവിലെ പുതുതായെത്തിയ വാട്സാപ്പ് സന്ദേശം വായിക്കാനായി വിരൽ തൊട്ട് ഫോണിനെ ഉണർത്തുമ്പോഴായിരുന്നു ആകാശം വീണത്.

'ബാബുവണ്ണാ, നമ്മടെ ഉമേഷേട്ടൻ ആശുപത്രീലാ.'

വാട്സാപ്പ് സന്ദേശത്തിനൊപ്പം ചേർത്തിരുന്ന കണ്ണീർ തൂവുന്ന ഇമോജിയിലൂടെ അഭിലാഷിന്റെ പെരുത്ത വിഷമം അതേപടി വെളിപ്പെട്ടു. മറുപടിയായി കെട്ടിപ്പിടിച്ച രണ്ടു ഹൃദയങ്ങളുടെ പടം അഭിലാഷിനു വാട്സാപ്പു ചെയ്തിട്ട് മഴേടെ കല്ലേറുശബ്ദം കഴിയാനായി ഞാൻ കാത്തിരുന്നു.

ഉമേഷാണ് അഭിലാഷിന്റെ സിനിമാസ്വപ്നങ്ങൾ സാക്ഷാത്ക്കരിക്കുന്നത്. പണം കൊയ്തെടുക്കാനുള്ള എത്രയോ പ്രോജക്ടുകളെപ്പറ്റിയാണ് അയാളവനോടു പറഞ്ഞിരിക്കുന്നത്. അങ്ങനെയുള്ള ഉമേഷാണ് ഭയങ്കരമായി രോഗബാധിതനായി കിടക്കുന്നത്. അഭിലാഷ് വർഷങ്ങളായി ആവേശത്തോടെ ഉമേഷിന്റെ നിഴലായി നടക്കുകയാണ്. വലിയ പണച്ചെലവിൽ പ്രതാപശാലികളായ നടീനടന്മാരെ വച്ച് അയാളെടുക്കുന്ന അടുത്ത ചിത്രത്തിലെങ്കിലും തനിക്കൊരു നല്ല വേഷം കിട്ടുമെന്ന് അഭിലാഷ് എന്നോടൊരിക്കൽ പറഞ്ഞിട്ടുണ്ട്. വഴിപോക്കൻ, പൂജാരി, തെമ്മാടിക്കൂട്ടത്തിലൊരുവൻ, കള്ളുഷാപ്പിൽ പാട്ടുപാടുന്നയാൾ, ബസ്സിൽ നായികയെ മുട്ടിയുരുമ്മിനിന്നതിന് കരണത്തടിവാങ്ങുന്നവൻ എന്നിങ്ങനെ കുറേ വേഷങ്ങളിൽ അഭിലാഷ് ഇതുവരെ തിരശ്ശീലയിലായിട്ടുണ്ട്. എല്ലാത്തിനും ഒരു സമയമുണ്ടെന്ന് അവനും വിശ്വസിക്കുന്നു.

ഒരിക്കൽ ഉമേഷ് വെറും മണ്ണുമേഷായിരുന്നുവെന്ന് എത്രപേർക്കറിയാം? ആറ്റിലെ മണലൂറ്റിയും കുന്നുകൾ തുരന്നു നീക്കിയുമാണ് ഉമേഷ് ആദ്യം പണമുണ്ടാക്കിയിരുന്നത്. പണക്കാരനായിട്ടും നാട്ടുകാർ അവനെ അവജ്ഞയോടെ മണ്ണുമേഷെന്നു വിളിച്ചു. സ്വപ്നം കാണുന്നവർക്കുള്ളതാണ് ജീവിതവിജയം എന്നൊരു ചിന്ത എങ്ങനെയോ ഉമേഷിനെ ബാധിച്ചിരുന്നു. സ്വപ്നച്ചുമടുകളുടെ ഭാരവുമായി എല്ലാം വിറ്റുപെറുക്കി അവനൊരിക്കൽ നാടുവിട്ടു.

കഴിഞ്ഞ ഒന്നര വർഷമായി നഷ്ടപ്പെടാത്ത തുടർച്ചയോടെ എന്റെ പ്രഭാതങ്ങളുടെ ഉറക്കച്ചടവിലേക്ക് ഉമേഷിന്റെ സന്ദേശങ്ങൾ വരാറുണ്ട്. അതിങ്ങനെയൊക്കെയായിരുന്നു.

'ഉണരൂ. നിങ്ങൾക്കു സുപ്രഭാതം നേരാനായി സൂര്യനും പക്ഷി

മൃഗാദികളും എന്നപോലെ ഞാനും കാത്തിരിക്കുകയാണ്.'

അയാൾ ആദ്യമായിട്ടയച്ച സന്ദേശം കണ്ട് ഞാനതിശയിച്ചു. എല്ലാരും ഒരു ചടങ്ങുപോലെ നെറ്റിൽ കിട്ടുന്ന ഏതെങ്കിലും ഗുഡ് മോണിംങ് പടം തപ്പിയെടുത്ത് പരിചയക്കാർക്കെല്ലാം ഫോർവേഡ് ചെയ്തു നിർവൃതിയടയുമ്പോഴാണ് ഉമേഷ് കൊള്ളാവുന്ന ഒരു സന്ദേശമയച്ചത്. അതിന്റെ തലേദിവസം അയാൾ എന്നെ വിളിച്ചിരുന്നു.

'സുഹൃത്തേ. ഞാൻ പ്രൊഡ്യൂസർ/ഡയറക്ടർ ഉമേഷ്.'

വിശ്വാസം വന്നില്ല. വലിയവരുടെ വിളികൾ ഒരിക്കലും ഞാൻ പ്രതീക്ഷിച്ചിട്ടില്ല. അത്രയും ചെറുതായിരുന്നു എന്റെ കർമ്മമേഖല. എന്റെ വാക്കുകളിലൊളിപ്പിച്ചിരുന്ന ആശ്ചര്യചിഹ്നങ്ങൾ കണ്ടിട്ട് എനിക്കാളെ മനസ്സിലായില്ലെന്ന് ഉമേഷിനു തോന്നി. അദ്ദേഹം സൗമ്യമായി ചിരിച്ചോണ്ട് വെളിപ്പെടുത്തി.

'ഞാൻ പഴയ കൂട്ടുകാരൻ ഉമേഷ്. ഇവിടുത്തെ ഷൂട്ടിംഗ് കഴിഞ്ഞു. ഇന്നു തിരിച്ചു പോകുന്നു.'

ഓരോ ഫീൽഡിലും പിടിച്ചുനില്ക്കാൻ ഓരോ കുസൃതികളാവശ്യമാണെന്ന് ഉമേഷെനിക്കു പറഞ്ഞുതന്നു. എന്റെ ഫോൺ നമ്പർ കൊടുത്തത് അഭിലാഷാണ്. സമയം കിട്ടുമ്പോൾ ഇടയ്ക്കിടെ വിളിക്കണമെന്നും അവന്റെ താമസസ്ഥലത്തു ചെല്ലുമ്പോൾ കാണണമെന്നു പറഞ്ഞിട്ട് ഗുഡ്ബൈയോടെയാണ് സംഭാഷണം തീർത്തത്.

പിന്നീട് ഉമേശിന്റെ നമ്പരിൽ പല തവണ വിളിച്ചു. എപ്പോഴും തിരക്കിലായിരുന്നു അയാളുടെ ഫോൺ. വീണ്ടും വീണ്ടും ദുർവ്വാശിയോടെ ഡയൽ ചെയ്ത എന്നെ ആ തിരക്കുപിടിച്ച ഫോൺ പരാജയപ്പെടുത്തിക്കൊണ്ടിരുന്നു. പക്ഷെ എല്ലാ ദിവസവും അയാളുടെ ഭാവനാവിലാസമാർന്ന സുപ്രഭാത സന്ദേശങ്ങൾ വാട്സാപ്പിലൂടെ വന്നെന്നെ ഉണർത്തുമായിരുന്നു. ഒരു യാത്രയ്ക്കിടെ ഞാൻ അവന്റെ നഗരത്തിലിറങ്ങി. ബസ് സ്റ്റാന്റിൽ കയറും മുമ്പുതന്നെ ഉമേഷിന്റെ നമ്പരിലേക്കാണ് ഞാനാദ്യം വിളിച്ചത്. ഉമേഷിന്റെ സെക്രട്ടറി ഫോണെടുത്തതിനു ശേഷം സംശയിച്ചു നിശ്ശബ്ദയായിരുന്നു.

'ഉമേഷിപ്പോൾ എവിടെയുണ്ട്.'

അവളൊന്നും മിണ്ടിയില്ല. അവളുടെ നിശ്ശബ്ദത എന്നെ ദേഷ്യം പിടിപ്പിച്ചു. നിശ്ശബ്ദതയ്ക്കു മീതെ ഞാനല്പം അധികാരം പ്രയോഗിച്ചപ്പോൾ ഹോട്ടലിലെ റൂം നമ്പർ കിട്ടി. ഞാൻ

വാതിൽ മുട്ടി. ക്ഷണം ലഭിച്ചപ്പോൾ വാതിൽ തള്ളിത്തുറന്ന് അകത്തേക്കൊരു 'നമസ്തേ' കൊടുത്തു.

'പറയു. ആരാണ്? എന്താണ് വന്നത്.'

'എടാ. ഉമേഷേ, ഇതു ഞാനാടാ. നിന്നെ വിളിക്കുമ്പോഴൊന്നും കിട്ടാറില്ല. ഇതുവഴി പോയപ്പോ ഒന്നു കാണാമെന്നു കരുതി.'

അയാൾ എന്തോ കാര്യമായ ചിന്തയിലും എഴുത്തിലുമൊക്കെയായിരുന്നു.

'എനിക്കു മനസ്സിലായില്ല. ആരാണ് നിങ്ങൾ. എന്തിനാണെന്റെ സെക്രട്ടറിയോടു ദേഷ്യപ്പെട്ടത്? പറയൂ, എന്താണ് നിങ്ങളുടെയാവശ്യം?'

എന്തു പറയണമെന്നറിയാതെ ഞാൻ നിന്നുപോയി.

'ഉമേഷ്. ഇന്നു രാവിലെ കൂടി നീ അയച്ച വാട്സാപ്പ് മെസ്സേജാണെന്നെ ഉണർത്തിയത്. ഇന്നത്തെ മെസ്സേജ് നിനക്കു കാണണോ?'

അതുകേട്ട് ആ സെക്രട്ടറിപ്പെണ്ണ് കുനിഞ്ഞിരുന്നു ചിരിച്ചു. ഉമേഷ് വലതുകൈയുയർത്തി വാതിൽ കാണിച്ചുതന്നു.

'ഔട്ട്. അതാണ് വെളിയിലേക്കുള്ള വഴി.'

എവിടെയോ പതിയിരുന്നൊരു പരിചാരകൻ എന്നെ വാതില്ക്കലേക്കു നടത്തിച്ചു.

'ശല്യം ചെയ്യാതെ പോ. സാറ് സീരിയസ്സായെന്തോ ചെയ്യുകയാ.'

എനിക്കു വന്നുകൊണ്ടിരുന്ന സന്ദേശങ്ങളൊന്നും ഉമേഷ് അയക്കുന്നതല്ലെന്ന് പരിചാരകൻ പറഞ്ഞു. അയാളുടെ കമ്പ്യൂട്ടറിൽ കൊടുത്തിരിക്കുന്ന ഫോൺ നമ്പരുകളിലേക്ക് ഓരോ ദിവസും അവ തനിയെ പറന്നകലുന്നവയായിരുന്നു. ആ അടഞ്ഞ വാതിലിൽ ഇളിഭ്യനായി നോക്കിനില്ക്കുന്ന എന്റെ ചിത്രം ഞാനിപ്പോഴും ഓർക്കുന്നത് ഒരേ അബദ്ധം ആവർത്തിക്കാതിരിക്കാനായാണ്.

അധികനാൾ കഴിഞ്ഞില്ല. എന്നോട് പരുഷമായി പെരുമാറിയതിന് ഉമേഷ് ദു:ഖിക്കുന്നുണ്ടെന്ന് അഭിലാഷ് വിളിച്ചുപറഞ്ഞു. ചില വലിയ സാമ്പത്തിക ഇടപാടുകളിലായിരുന്നതുകൊണ്ടാണ് അന്നങ്ങനെ സംഭവിച്ചത്. അതിനുശേഷം ഉമേഷിന്റെ വളർച്ച അവിശ്വസനീയമായിരുന്നു. ഉമേഷ് കുറേനാളായി കൂടുതൽ വരുമാനമുള്ള മറ്റു സംരംഭങ്ങൾക്കു നൽകുന്നതുകൊണ്ട് അഭിലാഷിന്റെ സിനിമാമോഹം ഇതുവരെ പൂവണിഞ്ഞില്ല. അധികം താമസിയാതെ തുടങ്ങുന്ന ഒരു ചിത്രത്തിൽ കൊള്ളാവുന്ന വേഷം ഉറപ്പായും കിട്ടുമെന്നാണഭിലാഷ് പറഞ്ഞത്. അതിനിടക്കാണ് ആർക്കും

വേണ്ടാതെ കിടന്നൊരു മലമ്പ്രദേശത്ത് അധികം വില നൽകാതെ വാങ്ങിയ സ്ഥലത്ത് ഉമേഷും കൂട്ടുകാരും ചേർന്ന് ആധുനിക ചികിത്സാസൗകര്യങ്ങളുള്ള ആശുപത്രി നിർമ്മിച്ചത്.

ഉമേഷിനെ അഡ്മിറ്റ് ചെയ്തിരുന്നത് സ്വന്തം ആശുപത്രിയിലായിരുന്നു. അയാളെ ഒന്നു പോയിക്കാണാൻ എനിക്കാഗ്രഹം തോന്നി. രോഗങ്ങളും വേദനയും മനുഷ്യരെ ചില നല്ല പാഠങ്ങളോർമ്മിപ്പിക്കും. പ്രകൃതി മനോഹരമായി പടം വരച്ചിട്ട കുന്നിടങ്ങളിലൂടെയായിരുന്നു എന്റെ യാത്ര. അവിടവിടെയായി കുന്നുകളിൽ മനുഷ്യർ വികസനത്തിന്റെ കൈത്തരിപ്പു തീർത്തുകൊണ്ടിരിക്കുന്നത് കാണാമായിരുന്നു. പാർക്കിംഗിൽ കാത്തുനിന്ന അഭിലാഷ് എനിക്കു വഴികാട്ടിയായി. നീണ്ട ഇടനാഴിയിലൂടെ അങ്ങോട്ടുമിങ്ങോട്ടും പായുന്ന മനുഷ്യരെ തട്ടാതെ ശ്രദ്ധിച്ച് നടന്നു. ഓരോരുത്തരും രോഗബാധിതനായിക്കിടക്കുന്ന തന്റെ ബന്ധുവിന്റെ കഷ്ടപ്പാടിന്റെ ഭാരം ചുമലേറ്റിയിരുന്ന ഭാവത്തിലായിരുന്നു. പ്രയാസങ്ങളുടെ ആ വരത്തുപോക്കിനിടയിൽ അഭിലാഷ് എന്റെ തോളിൽ തൊട്ടു.

'ബാബുവണ്ണാ, ഉമേഷ്സാറിനോട് സംസാരിക്കുമ്പോൾ എനിക്കൊരു നല്ല റോളു തരുന്ന കാര്യം കൂടി ഓർമ്മിപ്പിക്കണേ.'

'റോളല്ലല്ലൊ ഇപ്പൊ കാര്യം അഭിലാഷേ. അയാടെ അസുഖമൊന്നു കുറഞ്ഞോട്ടെ.'

എതിർദ്ദിശയിൽ നിന്നും വേഗത്തിൽ ഉരുട്ടിക്കൊണ്ടു വന്നൊരു സ്ട്രെച്ചറിൽ കിടന്ന ചോരയിറ്റുന്ന കാലുകൾ ദേഹത്തു തട്ടാതിരിക്കാനായി വേഗം ഒഴിഞ്ഞുമാറി. അപ്പോഴേക്കും ഉമേഷിന്റെ വാതില്ക്കലെത്തി. ആശുപത്രിയുടമ എന്നൊരാദരവ് ആ കിടപ്പുരോഗിക്കു നല്കിയിരുന്ന സുഖസൗകര്യങ്ങൾ എന്നെ അതിശയിപ്പിച്ചു. വാതില്ക്കലെ പാറാവുകാരൻ എന്നെ കൈയുയർത്തി തടഞ്ഞു. അഭിലാഷിന്റെ ചിരിയിൽ അയാളുയർത്തിയ കൈ താണുപോയി.

ഒരു പഞ്ചനക്ഷത്ര ഹോട്ടലിലെ മുന്തിയ മുറിയുടെ കുളിർമ്മയിലെത്തിയതുപോലെ തോന്നി. എനിക്കനുഭവപ്പെട്ട സ്ഥലജലവിഭ്രാന്തി ഉമേഷിനു പിടികൊടുക്കാതിരിക്കാനായി ഞാൻ ബദ്ധപ്പെട്ടു. മുറിക്കുള്ളിലെ അലങ്കാരച്ചെടികൾക്കപ്പുറം ജാലകങ്ങളുടെ സുതാര്യതയിലൂടെ ഞാൻ വിശാലമായ കുന്നുകൾ കണ്ടു. പാതികീറിവച്ച വലിയ കേക്കുപോലെ ഒരു ഭയങ്കരൻ മല ആശുപത്രിക്കെട്ടിടത്തെ നിഴലിട്ടു നിന്നിരുന്നു. അതിന്റെ കോണിലൊരിടത്ത് മുന്നോനാലോ മണ്ണുമാന്തികൾ കൈകൾ ഭൂമിയിൽ കുത്തി നിശ്ചേഷ്ടരായി ധ്യാനിച്ചോണ്ടിരുന്നു.

'നമ്മടെ ഹോസ്പിറ്റലിന്റെ സ്ഥലമാ. മഴയല്ല്യോ. അതോണ്ട് രണ്ടുദെവസമായി പണി നിർത്തിവച്ചു.'

ഞാൻ വെറുതെ ദൂരെക്കാണായ കുന്നുകളെ നോക്കിയിരുന്നു. അവിടെ മോർച്ചറിയിലെ ജഡങ്ങളുടെ നിർവ്വികാരത തുമ്പികളായി പാറുന്നുണ്ടായിരുന്നു. കാട്ടുമൃഗങ്ങളുടെ പലായനങ്ങൾ മണ്ണിലവശേഷിപ്പിച്ച വഴിത്താരകൾ ദൂരേക്ക് വളർന്നുകിടന്നു.

സിനിമയിലെ റോളിന്റെ കാര്യം ഞാൻ പറഞ്ഞോളുമെന്ന വിശ്വാസത്തോടെ കണ്ണിറുക്കിച്ചിരിച്ചോണ്ട് അഭിലാഷ് വെളിയിൽ പോയി. എനിക്കൊന്നും പറയേണ്ടിവന്നില്ല. ഉമേഷ് തന്നെ എന്റെ മൗനത്തെ വ്യാഖ്യാനിച്ചു.

'അവൻ സ്നേഹമൊള്ളോനാ. സിനിമാഭ്രാന്തൻ. പക്ഷെ, ഞാൻ ഫീൽഡു വിട്ടെടാ. ആരോടും പറഞ്ഞിട്ടില്ല.'

ആശുപത്രി വികസനം മാത്രമാണ് ഇപ്പോൾ ലക്ഷ്യം.

'സാറിനു വിശ്രമം വേണം. സംസാരിപ്പിക്കരുത്.'

അവന്റെ ഓക്സിജൻ ലെവലും രക്തമർദ്ദവും നോക്കാനെത്തിയ നഴ്സ് ഓർമ്മിപ്പിച്ചതു കേട്ട് ആശംസകൾ നേർന്നിട്ടു ഞാനിറങ്ങിപ്പോന്നു. അവിടെ അഭിലാഷ് കാത്തുനില്പുണ്ടായിരുന്നു.

'ബാബുവണ്ണാ, ഉമേഷ്സാറെന്തു പറഞ്ഞു?'

അവന്റെ തോളിൽ തട്ടിക്കൊണ്ട് ഞാൻ സമാധാനിപ്പിച്ചു: എല്ലാം ശരിയാകുമെടാ. ആദ്യം അവന്റെ അസുഖം മാറട്ടെ.

മുറിച്ചുവച്ച കുന്നിന്റെ ഭയാനകത മനസ്സിൽനിന്നും വിട്ടൊഴിയാതെ കിടന്നിരുന്നു. പൊട്ടിവീഴാവുന്ന മണ്ണിന്റെ ഐസിംഗ് കൊണ്ടലങ്കരിച്ച വലിയൊരു കേക്കുകഷണം.

എന്റെ ഇന്നലത്തെ രാസ്വപ്നങ്ങളിൽ നിറയെ ഉരുൾപൊട്ടലുകളുടെ ശബ്ദമുണ്ടായിരുന്നു. അതിന് ഇടവപ്പാതി ഒക്ടോബറിലേക്കൊളിപ്പിച്ചിരുന്ന കൊടുംമഴയുടെ പെരുമ്പറനാദത്തിന്റെ കൂട്ടുമുണ്ടായിരുന്നു. എന്റെ ഉറക്കം മുറിഞ്ഞുപോയിരുന്നു.ഫോണിലെ ഹരിപ്രസാദ് ചൗരസ്യയുടെ പുല്ലാങ്കുഴൽ എന്നെ വെയിലും മഴയുമില്ലാത്ത ഇരുണ്ട ഒരു ദിവസത്തേക്കു കൂടി ഉണർത്തിയെടുത്തിട്ടു നിശ്ശബ്ദമായി. അഭിലാഷിന്റേതായിരുന്നു മിസ്ഡ് കാൾ. അവനെ തിരിച്ചുവിളിക്കാതെ വാട്സാപ്പ് സന്ദേശങ്ങൾ നോക്കി. ഉമേഷ് പതിവിൻപടി അയച്ച ആകർഷകമായ സുപ്രഭാതം വായിച്ചു.

'സ്നേഹിതാ, വരാനിരിക്കുന്നത് മഹത്തായൊരു ദിനമാകട്ടെ'

ഫോണിലെ ചൗരസ്യ വീണ്ടും തലോടി. വീണ്ടും അഭിലാഷ്. അവൻ തകർച്ചയുടെ ശബ്ദത്തിൽ അവതരിപ്പിച്ചു.

ചാവുകേളി

'ബാബുവണ്ണാ, എല്ലാം തീർന്നു.'

കിട്ടിയ വണ്ടിക്ക് കൈകാണിച്ച് ഓടിയെത്തുമ്പോൾ ആശുപത്രിമുറ്റത്തേക്കു ചാഞ്ഞുവീണുകിടക്കുന്ന പാതിമല. എന്റെ ഇന്നലത്തെ ഉറക്കത്തിലേക്ക് ദുസ്വപ്നങ്ങൾ കുടഞ്ഞിട്ട അതേ രൂപത്തിൽ ആ കുന്ന് പൊട്ടിച്ചിതറിക്കിടന്നു. അത് ഉമേഷിന്റെ പഞ്ചനക്ഷത്രമുറിയെ അപ്പാടെ പൊതിഞ്ഞു പിടിച്ചിരുന്നു. വീണ്ടും കനക്കാൻ തുടങ്ങിയ മഴ രക്ഷാപ്രവർത്തനത്തെ താളംതെറ്റിച്ചു.

പലായനപ്പാതയിലൂടെ കാടുപേക്ഷിച്ചുപോയ ഏതെങ്കിലും ജന്തുക്കൾ തിരിച്ചുവരുമോ എന്നായിരുന്നു എന്റെ ചിന്ത. തകർന്നുപോയ സ്വപ്നങ്ങളോടെ അഭിലാഷ് അപ്പോഴും എന്റെ തോളോടു ചേർന്നുനിന്നു. എന്റെ ഫോണിൽ ആരോ അയച്ചൊരു വാട്സാപ്പ് സന്ദേശം വിറകൊണ്ടു.

OO

4
കാഴ്ചപ്പണ്ടം

അഥീനാ ശേഷാദ്രി ഈ പട്ടണത്തിലേക്കു വരുന്നത് കള്ളും ഞണ്ടുകറിയും ആസ്വദിക്കാനാണെന്ന് ആരതിക്കറിയാം. ഓരോ വരവിലും ഹോട്ടൽമുതലാളി അഥീനാമേഡത്തിനു വേണ്ടി പൊടി കലക്കിയുണ്ടാക്കാത്ത തനിനാടൻ കള്ള് എവിടുന്നെങ്കിലും സംഘടിപ്പിക്കും. അതായിരുന്നു പതിവ്. ഷൂട്ടിംഗ് നിർത്തീട്ട് ഒന്നൊന്നര വർഷമായി. അതോടെ പതിവെല്ലാം തെറ്റി. പണത്തിന്റൊഴുക്കു നിന്നാപ്പിന്നെ നമ്മളെ ആർക്കുവേണം. എന്നിട്ടുമെന്തിനാ അഥീന ഇങ്ങോട്ടെഴുന്നെള്ളുന്നേ. ഹോട്ടൽ മുതലാളി അവൾ വരുന്നതറിയാത്തമട്ടിൽ പെരുമാറാനും മതി. എന്തായാലും അവൾ വിളിച്ചതല്ലിയോ. ചെന്നില്ലേൽ പെണങ്ങിയേക്കും.

ആരതിയുടെ കറുത്ത ഫോക്സ് വാഗൺ ജനറലാശുപത്രിയുടെ മുമ്പിലെത്തിയപ്പോൾ ഓട്ടം പതുക്കെയാക്കി. അവളുടെ കാറിന്റെ ഹോണടി കേട്ടാൽ ജ്ഞാനലക്ഷ്മി തീർച്ചയായും കുഞ്ഞിനേയുമെടുത്ത് എവിടുന്നെങ്കിലും ഓടിവരും. ആരതിക്ക് അടുത്തകാലത്തു കിട്ടിയ കൂട്ടാണ്. ഒരു സെലിബ്രിറ്റി ഒരിക്കലും കൊണ്ടുനടക്കരുതാത്ത ചില ചിന്തകൾ ഇടയ്ക്കിടെ അവളെ തേടിയെത്തുമായിരുന്നു. കൈയിലെ കാശ് അനാഥർക്കു കൊടുക്കുന്നതിൽ അമ്മയും സഹോദരനും വഴക്കിടാറുണ്ട്. ഒന്നുമില്ലായ്മയിൽ നിന്നാണ് പ്രശസ്തിയുടേയും പണക്കൊഴുപ്പിന്റെയും അവസ്ഥയിലെത്തിയതെന്ന് അവരോർക്കുന്നില്ല.

അടഞ്ഞുകിടന്ന കടയുടെ വരാന്തയിലിരുന്ന് കുഞ്ഞിനു ഭക്ഷണം കൊടുക്കുകയായിരുന്ന ജ്ഞാനലക്ഷ്മി ഫോക്സ് വാഗന്റടുത്തേക്കു ചെന്നു. നിലവിളിച്ചോണ്ട് റോഡിലേക്ക് ഓടിയിറങ്ങാൻ തുടങ്ങിയ കുഞ്ഞിനെ പൊക്കിയെടുത്ത് അവന്റെ ചന്തിക്കും പുറത്തും അഞ്ചാറടി കൊടുത്തു. ആരതി വഴക്കു പറഞ്ഞപ്പോഴാണ്

അവൾ തല്ലുന്നതു നിർത്തിയത്. കണ്ണീരൊഴുകുന്ന അവന്റെ കവിളിൽ ജ്ഞാനലക്ഷ്മി തെരുതെരെ ഉമ്മവച്ചു. കൈയിൽ കാശില്ലാത്തതുകൊണ്ട് കുഞ്ഞിനൊന്നും കൊടുക്കാൻ കഴിഞ്ഞില്ലെന്നവൾ പറഞ്ഞു. ആകെക്കൂടി കൊടുക്കാനുള്ളത് ആരുടെയോ കൈയിൽ നിന്നും വീണുകിട്ടിയ ഒരു പഴം മാത്രമായിരുന്നു. അത് തിന്നാത്തതിനാണ് ജ്ഞാനലക്ഷ്മി അവനോട് ദേഷ്യപ്പെട്ടത്. മുഖത്ത് അഴുകിയ പഴച്ചാറുമായി നില്ക്കുന്ന കുഞ്ഞിനെ നോക്കിയിട്ട് ആരതി ബാഗുതുറന്ന് ജ്ഞാനലക്ഷ്മിക്ക് പണം നല്കി.

'നീയും കുഞ്ഞും എന്തേലും കഴിക്ക്.'

കാണുമ്പോഴൊക്കെ സഹായിക്കുന്ന ആരതിയുടെ മഹാമനസ്കതയെ കണ്ണീരോടെ സ്തുതിച്ചിട്ട് ജ്ഞാനലക്ഷ്മി കുഞ്ഞിനേയുമെടുത്ത് നടന്നകന്നു. ആരൊക്കെയോ അവിടെയുമിവിടെയും നിന്ന് ഈ രംഗങ്ങൾ പകർത്തിക്കൊണ്ടിരിക്കുന്നതായി അപ്പോഴാണ് ആരതി ശ്രദ്ധിച്ചത്. ഒരു പാവത്തിനെ സഹായിച്ചതിന് സമൂഹമാധ്യമങ്ങളിൽ ഇപ്പോൾത്തന്നെ പൊരിഞ്ഞ യുദ്ധം തുടങ്ങിയിരിക്കുമെന്ന് അവൾ ഭയപ്പെട്ടു. പാവങ്ങളെ സഹായിക്കുന്നതായഭിനയിച്ച് പേരും പ്രശസ്തിയും ഉണ്ടാക്കുന്നതായി ഒരു കൂട്ടർ. പാവങ്ങളുടെ കണ്ണീരൊപ്പുന്നതിന് പിന്തുണയുമായി മറ്റൊരു കൂട്ടർ. അവൾ വേഗം വണ്ടിയോടിച്ചുപോയി.

ജ്ഞാനലക്ഷ്മി പറഞ്ഞതാണ്. തൂത്തുക്കുടിയിലെ വീട്ടിൽനിന്നും ഒരു രാത്രിയിൽ ഓടിപ്പോരുമ്പോൾ അവൾ ഗർഭിണിയായിരുന്നു. അന്നവളൊരു പ്രണയത്തിരക്കോളിലായിരുന്നു. താണജാതിയിൽപ്പെട്ട കുമരേശനോടൊപ്പം അവളെ വളഞ്ഞിട്ടു പിടിച്ചു. ആദ്യമാദ്യം അടികൊണ്ട് കുമരേശൻ അട്ട ചുരുളുന്നതുപോലെയായി. അവളതു പറഞ്ഞപ്പോൾ ഒരു വിജയ്പ്പടം കാണുന്നതുപോലെയാണ് ആരതിക്കു തോന്നിയത്. കൂപ്പുകൈകളോടെ നിർവ്വികാരനായി നിന്ന് കുറേയേറെ ചവിട്ടുംതൊഴീം കൊണ്ടിട്ടാണ് കുമരേശൻ ശരിക്കും ഇളയദളപതിയായത്. പറന്നടിച്ച അവനെ ജീപ്പിൽ നിന്നിറങ്ങിയ അവളുടെ അച്ഛൻ നേരിട്ടു തല്ലാൻ തുടങ്ങിയപ്പോൾ കുമരേശൻ 'മാമാ, മാമാ'ന്ന് നിലവിളിച്ചു. കരഞ്ഞോണ്ട് ഇരുട്ടത്തൂടെ ഓടാൻ തുടങ്ങിയ കുമരേശനെ അവർ പിടിച്ചുകെട്ടി തല്ലിക്കൊന്ന് ഉൾക്കടലിൽ തള്ളി. മീനുകൾ പാതി തിന്ന അവന്റെ ശരീരം തിരകൾ കരയിലേക്ക് വലിച്ചെറിഞ്ഞു. ചത്തിട്ടും അവനെ മാത്രമേ കല്യാണം കഴിക്കൂ എന്നു വാശിപിടിച്ച ജ്ഞാനലക്ഷ്മിയെക്കൂടി കടലിൽ തള്ളാൻ സമുദായം തീരുമാനിച്ചു. മൂപ്പന്മാരുടെ വാക്കു

കേട്ട് ജ്ഞാനലക്ഷ്മിയേയും കൊണ്ട് കടലിലേക്കു വിട്ട ജീപ്പിലെ ഭയങ്കരന്മാരുടെ നേതാവ് പാഞ്ഞുവന്നൊരു കേരളാവണ്ടി കൈ കാണിച്ചു നിർത്തി. അയാൾ അവൾക്ക് വഴിച്ചെലവും കൊടുത്ത് അങ്ങനെ രക്ഷപ്പെടുത്തി. മൂന്നു വർഷമായി അവൾ മറ്റുള്ളവരുടെ മുമ്പിൽ കൈ നീട്ടുന്നു. കുഞ്ഞിനെ വളർത്തണം. കൊല്ലാൻ മനസ്സില്ല. അവളുടെ നിശ്ചയദാർഢ്യമാണ് ആരതിയുടെ മനസ്സിനെ വലിച്ചടുപ്പിച്ചത്. ജ്ഞാനലക്ഷ്മിയെക്കുറിച്ചോർക്കുമ്പോഴൊക്കെ ഉരുക്കിൽ തീർത്തൊരു കറുമ്പിപ്പെണ്ണ് പ്രണയത്തിന്റെ ദുരിതക്കടലിൽ നിന്നും കരകേറി വരുന്നതായി അവൾക്കു തോന്നുമായിരുന്നു.

'കേട്ടോ അഥീ. ജ്ഞാനലക്ഷ്മിയെപ്പോലെ ഉണങ്ങാത്ത പ്രണയമുറിവിന്റെ നോവറിഞ്ഞോർക്കേ ഇതൊക്കെ മനസ്സിലാവൂ.'

ചുണ്ടോടടുപ്പിച്ച ചില്ലുപാത്രം പെട്ടെന്ന് തിരികെ വച്ചിട്ട് അഥീന ആരതിയെ ഒരുനിമിഷത്തേക്ക് രൂക്ഷമായി നോക്കിയിട്ട് ചിരിച്ചു.

'കള്ളീ. നീയിപ്പോഴും നിന്റെയാ പഴേ കാമുകനെ ഓർത്തോണ്ടിരിക്കുന്നതുകൊണ്ടാ ജ്ഞാനലക്ഷ്മിയോടിത്തറ സ്നേഹം തോന്നുന്നേ.'

അതു ശരിയായിരിക്കാം. പ്രണയവും കാത്തിരിപ്പുമൊക്കെ പട്ടിണിക്കാരുടെ വികാരങ്ങളാണല്ലോ. ഒരിക്കൽ സന്ദീപ് പറഞ്ഞതാണ്.

'ആരതീ. കിട്ടിയ ഓഫറൊന്നും നീ ഉപേക്ഷിക്കരുത്. ഒരു നല്ല നടിയായും ആളുകൾ ആരാധിക്കുന്നവളായും മാറുമ്പോൾ നിനക്ക് ഞാനൊട്ടും ചേരില്ല. നീയെങ്കിലും നന്നായി ജീവിക്കണം.' എത്ര വലിയ പണക്കാരിയായാലും എത്ര ഉയരത്തിലായാലും മറക്കില്ലെന്ന് സന്ദീപിനു കൊടുത്ത വാക്കുപാലിച്ചില്ലെന്ന കുറ്റബോധം മാത്രമേ ഇപ്പോൾ ആരതിക്ക് കൂട്ടിനുള്ളൂ. കാത്തുനിൽക്കാതെ അവനെങ്ങോട്ടോ സ്വയം ഒഴിഞ്ഞുപോവുകയായിരുന്നു.

'ആരതീ, ഒരു കൊല്ലത്തിലേറെയായി നമ്മളു തമ്മിൽ കണ്ടിട്ട്. നീയിങ്ങനെ ഗ്ലൂമിയടിച്ചിരിന്നാലോ. ഇഷ്ടമില്ലേലും ഒരു പെഗ്ഗടിച്ചു നോക്ക്.'

'എത്ര ശ്രമിച്ചിട്ടും ഹോട്ടൽ മുതലാളിക്ക് നാടൻ കള്ള് സംഘടിപ്പിക്കാനായില്ല. വിഷമം തീർക്കാനായി ഡിന്നറിന് ഒന്നാംതരം കാട്ടിറച്ചിയുണ്ട്. രഹസ്യമാ. അതു കഴിഞ്ഞേ നിന്നെ വിടൂ.'

ഇപ്രാവശ്യം അഥീന അവളുടെ ശേഷാദ്രിയെക്കുറിച്ച് പൊടി

പ്പുംതൊങ്ങലും ചാർത്തി സംസാരിക്കുന്നില്ലെന്ന് ആരതി ശ്രദ്ധിച്ചു. അവളുടെ തുടരെത്തുടരെയുള്ള ചോദ്യങ്ങൾക്കു മുമ്പിൽ അഥീന കരയാൻ തുടങ്ങി. പടംപിടുത്തം നിന്നുപോയപ്പോൾ ധനഞ്ജയ് ശേഷാദ്രി പുതിയ ബിസിനസ്സിലേക്കു കടന്നു. പൂച്ചക്കണ്ണുള്ള പുതിയൊരു സുന്ദരിസെക്രട്ടറിയേയും അയാൾ സ്വന്തമാക്കിയെന്നു കേൾക്കുന്നു.

'എടീ, രണ്ടോമൂന്നോ വോഡ്ക്കേൽ തീർക്കാൻ പറ്റാത്തത്ര വെഷമമാ എനിക്കിപ്പം.'

ധനഞ്ജയ് ശേഷാദ്രി മര്യാദയോടെ മാത്രം പെരുമാറുന്നൊരു ബിസിനസ്സുകാരനാണെന്ന് ആരതിക്കറിയാം. അയാളുടെ ഒന്നിലധികം സിനിമകളിൽ അവൾക്ക് നല്ല വേഷങ്ങൾ കിട്ടിയിട്ടുണ്ട്. എത്രയോ സന്ദർഭങ്ങളുണ്ടായിട്ടും അയാൾ മാന്യതയുടെ അതിരു കടന്നിട്ടില്ല.

'നീ വെറുതേ ചിന്തിക്കുന്നതാ. ശേഷാദ്രി നല്ലൊരു മനുഷ്യനാ.'

'നിനക്കറിയാമോ. അയാൾ ശേഷാദ്രീം സഹ്യാദ്രീമൊന്നുമല്ല. വെറും ധനഞ്ജയനാ. കാശുണ്ടായപ്പോളൊരു ഗുമ്മിനു ഫിറ്റിയതാ ശേഷാദ്രീന്ന്. പോയ വാലുകളൊക്കെ തിരികെ കിളിക്കുന്ന ഇക്കാലത്ത് കൊള്ളാവുന്നൊരങ്കവാല്. നോക്കിക്കോ. അയാളേം അവളേം ഞാങ്കൊല്ലുമെടീ.'

വിഷയം മാറ്റാനായി ആരതി ജ്ഞാനലക്ഷ്മിയുടെ കഥ പറഞ്ഞു. കുഞ്ഞിന് ഒരു നേരത്തെ ഭക്ഷണമൊപ്പിക്കുന്നതിനായി അവൾ യൌവ്വനം കത്തിച്ചുകളയുന്നു. അപ്പഴാ ഇവിടൊരുത്തി വോഡ്ക പെരുപ്പിച്ച തലേൽ ഭർത്താവിനെ കൊല്ലാൻ പദ്ധതീമായി ഇറങ്ങിയേക്കുന്നത്.

'നമ്മടേതൊന്നുമല്ലഥീ ജീവിതം. നമ്മളെപ്പോലൊള്ളോർക്ക് ആ ജ്ഞാനലക്ഷ്മിയൊരു പാഠശാലയാ.'

അതു കേൾക്കാത്തമട്ടിൽ അഥീന പുലമ്പിക്കൊണ്ടിരുന്നു.

'ധനഞ്ജയാ നിന്നെ ഞാങ്കൊല്ലും. പിന്നെ നിന്റെയാ സെക്രട്ടറിയേം.'

തളർന്നുവീണ അവളെ ആരതി താങ്ങിപ്പിടിച്ച് കിടക്കയിൽ കിടത്തി. ശ്രദ്ധിച്ചോണമെന്ന് വേലക്കാരിക്ക് നിർദ്ദേശം കൊടുത്തിട്ടു തിരികെപ്പോരുകയായിരുന്നു.

ഫ്ളാറ്റിനു മുമ്പിൽ വണ്ടി നിന്നപ്പോഴാണ് അത്രേം നേരം മനസ്സാന്നിദ്ധ്യമില്ലാതെയാണ് വണ്ടിയോടിച്ചതെന്ന് ആരതി ഭീതിയോടെ ഓർത്തത്.

തുറന്ന ചിരിയോടെ ആരും വാതില്ക്കലെത്തിയില്ല. എന്തൊരു മൂകത. രാവിലെ പോകുമ്പോൾ അവിടെ അനുജനും കുടുംബവുമുണ്ടായിരുന്നു. വാതിൽ മണി അകത്ത് കിളിയായി ചിലച്ചു. തുറന്ന വാതില്ക്കൽ ചിരി മറന്ന അമ്മ.

'ദാനശീല എഴുന്നെള്ളിയോ.'

അമ്മയുടെ ഇല്ലായ്മക്കാലത്തെ ശകാരങ്ങളുടെ തുടക്കം ഇങ്ങനെയായിരുന്നല്ലോ. അതൊക്കെ പൊയ്പ്പോയല്ലോ. ഇന്നു രാവിലെയും സന്തോഷത്തോടെ യാത്രയാക്കിയ ചിരിക്കുന്ന അമ്മയ്ക്കെന്തു പറ്റിയെന്ന് ആരതിയോർത്തു.

'ഇവ്ടെ കാശില്ലാതെ നട്ടം തിരിയുവാ. അപ്പഴാ ഒരു തെണ്ടിക്ക് അഞ്ഞൂറിന്റെ താളു വീശിയെറിഞ്ഞത്.'

ആരതിക്ക് സമാധാനമായി. രാവിലെ തുറികണ്ണുകളുമായി നിന്ന ആരാധകരുടെ ഫോണുകൾ എല്ലാം വാർത്തയാക്കിക്കളഞ്ഞു. ഒരിക്കൽ ദാരിദ്ര്യക്കൊടുമുടിയിൽ കഴിഞ്ഞ് കല്ലിച്ചുപോയതിന്റെ ഭയമാണമ്മയ്ക്ക്. ഒന്നു ചിരിച്ചുകാണിച്ചാൽ അലിയുന്ന ഭയമേയുള്ളൂ.

അവളുടെ പുഞ്ചിരി തടയപ്പെട്ടു.

'ഫ്ളാറ്റിന്റെ വാടക മൊടങ്ങിയത് മകാറാണി അറിഞ്ഞില്ലിയോ ആവോ.'

അതിനൊക്കെയുള്ള പണം ബാങ്കിലുണ്ടെന്ന് അവൾക്കറിയാം. അതേക്കുറിച്ചു ചോദിക്കുംമുമ്പ് അമ്മയുടെ ഒച്ചയുയർന്നു.

'കഴിഞ്ഞ പതിമൂന്നു മാസമായി ഒറ്റ ചില്ലിപ്പൈസാ നീ കൊണ്ടുവന്നിട്ടില്ല.'

സോഫയിലിരുന്ന അവളെ സാന്ത്വനിപ്പിച്ചോണ്ട് ചക്കിപ്പൂച്ച മടിയിൽ കയറി കണ്ണിറുക്കിക്കാണിച്ചു. അതു കണ്ട് ആരതിയും കണ്ണിറുക്കിച്ചിരിച്ചു.

'ആവശ്യത്തിനു പണം ബാങ്കിലുണ്ടല്ലോ. അതെടുത്താ മതിയല്ലോമ്മേ.'

ഓരോരുത്തർക്കും വേണ്ടി ഓരോ നിമിഷങ്ങളൊരുക്കീട്ടാ കാലം കളി നടത്തുന്നതെന്ന് ആരതിക്കറിയാം. ഇതിപ്പോൾ ആരതീടെ നേരമാണ്. അതുകൊണ്ടല്ലേ അമ്മ അകത്തേക്ക് നോക്കി അനുജനെ വിളിച്ചതും അവനൊരു കൊടുങ്കാറ്റുപോലെ ആർത്തലച്ചെത്തിയതും ബാങ്ക്പാസ്സ്ബുക്ക് അവളുടെ മുഖത്തേക്ക് വലിച്ചെറിഞ്ഞതും. ആരതിക്കു വിശ്വാസം വന്നില്ല. ബാങ്കിൽ ഏറെയൊന്നും അവശേഷിച്ചിട്ടില്ല. ലക്ഷങ്ങൾ എങ്ങോ ഒഴുകിപ്പോയിരിക്കുന്നു.

അവൾക്കതറിയണം. മറുപടിയായി ശാപങ്ങളും അക്രോശങ്ങളും നിലവിളികളുമുണ്ടായി. പിന്നെ ഉത്തരം കിട്ടി. പണമെല്ലാം പല പ്പോഴായി അനുജന്റെ അക്കൗണ്ടിലേക്കു കയറിക്കൂടി.

'അപ്പോ നിങ്ങളെന്നെ ചതിക്കുവായിരുന്നോ.'

'അഭിനയോന്നും പറഞ്ഞ് എറങ്ങിത്തിരിക്കാതെ ആ പാവം സന്ദീപനേം കെട്ടി അറിയാവുന്ന തയ്യലുപണീമായി കഴിഞ്ഞാപ്പോ രാരുന്നോ നെനക്ക്.'

'അതല്ലേ നിങ്ങക്കെന്നെ ചതിക്കാനുള്ള വഴിതെളിച്ചത്.'

മറുപടി പറയാനുള്ള വാക്കുകൾ കിട്ടാത്തതുകൊണ്ട് അനുജൻ അവളുടെ മടിയിലെ ചക്കിപ്പൂച്ചയെ വലിച്ചെടുത്ത് ഭിത്തിയിലെറി ഞ്ഞു. ചോരയൊലിക്കുന്ന തല വിറപ്പിച്ചുവിറപ്പിച്ച് ആ ജന്തു നില ത്തുവീണു ചത്തു.

ഏറെ നാളുകൾക്കു ശേഷമാണവൾക്ക് ഉറക്കഗുളികയുടെ കാ രുണ്യം തേടേണ്ടിവന്നത്. ഏറെ തണുത്തൊരു കൊച്ചുവെളുപ്പാ ങ്കാലത്തേക്കവൾ ഞെട്ടിയുണർന്നു. കണ്ടുകഴിഞ്ഞൊരു സ്വപ്നം ചതുരാകൃതിയിൽ വെട്ടിയെടുത്ത് വക്കുകളിൽ അലുക്കുകൾ പിടി പ്പിക്കുന്നേയുണ്ടായിരുന്നുള്ളൂ. സ്വയം മറന്നുപോയ അവൾ തയ് ച്ചോണ്ടിരുന്ന നൂലുപൊട്ടി. നൂല് പാകാൻ ശ്രമിച്ച അവളുടെ വിരല റ്റത്ത് തയ്യൽസൂചി ചോരത്തുള്ളി വിരിയിച്ചു. 'പ്രിയപ്പെട്ട സന്ദീപേ ട്ടന്' എന്ന് കസവുനൂൽ പാകിയൊരു വാചകം കൂടി സ്വപ്നത്തി ലെ ആ പട്ടുറുമാലിൽ തയ്ച്ചു ചേർക്കാനുണ്ടായിരുന്നു. എന്നാൽ ചത്തുപോയൊരു പൂച്ചേടെ നിലവിളിയിൽ ആ സ്വപ്നവും ഉറുമാ ലുമൊക്കെ മാഞ്ഞുപോവുകയാണുണ്ടായത്.

രാവിലെതന്നെ ആരതി കാറുമായി വെളിയിൽ കടന്നു. അഥീന യോടെല്ലാം തുറന്നു പറയണം. അവളുടെ ശേഷാദ്രി വരുന്നതുവ രെ അവിടെ കഴിയാം. അവളെ സമാധാനിപ്പിക്കണം. പാവം ശേ ഷാദ്രിയെ കൊല്ലാനുള്ള തീരുമാനത്തിൽ നിന്നും അവളെ പിന്തി രിപ്പിക്കണം.

കാർ വേഗത കുറച്ച് ജനറലാശുപത്രിയുടെ മുമ്പിലൂടെ നീങ്ങു കയായിരുന്നു. റോഡിൽ ആളുകൾ കൂട്ടംകൂടി നിന്നു. വിൻഡോ താഴ്ത്തി ഒരുനോക്കു കണ്ടു. ആൾക്കൂട്ടത്തിനു നടുവിൽ അവൾ, ജ്ഞാനലക്ഷ്മി, ഭയന്നുവിറച്ച്. അവളുടെ കുട്ടിക്കെന്തെങ്കിലും പറ്റി ക്കാണുമോ. ഒരു സെലിബ്രിറ്റിയാണ് താനെന്നോർക്കാതെ ആര തി വണ്ടി നിർത്തിയിട്ട് അങ്ങോട്ടു ചെന്നു. മെലിഞ്ഞൊരു ചെറുപ്പ ക്കാരനെ പോലീസുകാർ ചോദ്യം ചെയ്യുന്നു.

'നീയാണോടാ കൊച്ചിനെ കട്ടത്.'

ഒരു പോലീസുകാരി ജ്ഞാനലക്ഷ്മിയുടെ സാരിത്തുമ്പിനു പിടിച്ച് മുമ്പോട്ടു തള്ളി. ആൾക്കൂട്ടത്തിലൊരുവന്റെ തോളിൽ ചേർന്നുകിടന്നുകൊണ്ട് കുട്ടി മധുരമാസ്വദിച്ചു ചിരിച്ചു. കാണികളിലൊരുവൻ ആരതിക്ക് വിശദീകരിച്ചുകൊടുത്തു.

'അവളുമവനും കുട്ടികളെ കട്ടോണ്ടു പോന്നോരാ. ആ കൊച്ചിന്റച്ഛനാ അതിനെ എടുത്തിരിക്കുന്നേ.' ആരതിയെ കണ്ടപ്പോൾ ജ്ഞാനലക്ഷ്മി കുനിഞ്ഞുനിന്നു. പോലീസുകാരൻ അവളുടെ കൂട്ടാളിയുടെ പേരു ചോദിച്ചു. അവൻ വളരെ പതിയെ പറഞ്ഞത് ആരതി ഊഹിച്ചതു തന്നെയായിരുന്നു.

'കുമരേശൻ.'

ബോധം വീണ ആൾക്കൂട്ടത്തിന്റെ ക്യാമറാക്കണ്ണുകളിൽ നിന്നും ഒരുവിധം രക്ഷപ്പെട്ട ആരതി അഥീനയുടെ ഫ്ളാറ്റിലേക്ക് പോയി. അവൾ പേടിച്ചിരുന്നതു വെറുതെയായിരുന്നു. മദ്യത്തിന്റെ കെട്ടെല്ലാം വിട്ട് അഥീന അവിടെ തെളിഞ്ഞുനിന്നിരുന്നു. എന്തോ സംഭവിച്ചല്ലോ. ആരതിയോർത്തു. ശേഷാദ്രി വന്നാലല്ലേ അവൾ അയാളെ കൊല്ലൂ. സ്വന്തം വീട്ടീന്നിറങ്ങിപ്പോരേണ്ടിവന്നത് അഥീനയോടു പറയണം. കുറേനാൾ അവൾക്കൊപ്പം കഴിയണം.

ആദ്യം ജ്ഞാനലക്ഷ്മിയുടെ കള്ളത്തരത്തെക്കുറിച്ചു പറഞ്ഞു. എന്നിട്ടും മനസ്സിന്റെ ഭാരമൊഴിഞ്ഞില്ല. പിന്നീട് ഭിത്തിയിലടിച്ചു കൊന്ന ചക്കിപ്പൂച്ചയുടെ കഥ പറഞ്ഞിട്ട് അവൾ കുറേനേരം കരഞ്ഞു.

'അതുപോട്ടെ, യഥാർത്ഥത്തിൽ നീ പറയാൻ തുടങ്ങിയതെന്താ.'

അവൾക്ക് പറയാതിരിക്കാനായില്ല. ബാക്കി കഥ കൂടി പറഞ്ഞിട്ട് അവൾ അഥീനയുടെ കൈകൾ കൂട്ടിപ്പിടിച്ചു. അവൾ 'കൊറെനാളേക്ക് ഞാൻ നിന്നോടൊപ്പം നില്ക്കട്ടെ' എന്ന് ചോദിക്കും മുമ്പു തന്നെ അഥീന പറഞ്ഞുകഴിഞ്ഞു.

'ആരതീ, നീ ഇന്നലെ പറഞ്ഞതു നേരാ. ശേഷാദ്രിയൊരു പാവമാ.'

അയാൾ തലേദിവസം രാത്രിയിൽ അഥീനക്കായി ഒരുവണ്ടി സമ്മാനങ്ങൾ കൊണ്ടുവന്നിരുന്നു. അയാളുടെ പുതിയ സംരംഭം വിജയത്തിലേക്ക് കുതിച്ചുതുടങ്ങി. അതുകേട്ട് സന്തോഷിച്ചെങ്കിലും പറയാനാഗ്രഹിച്ച കാര്യം പറയാനാവാതെ ആരതി പതറി.

'ആരതീ, നമ്മടെയീ ചീത്തക്കാലമൊക്കെ മാറിപ്പോം.'

അപ്പോൾ ആരതി ഒരുപെഗ്ഗ് വോഡ്ക ചോദിച്ചു. നിർബ്ബന്ധിച്ചാ

ലും മദ്യപിക്കാത്തവളുടെ മാറ്റം അഥീനയെ അത്ഭുതപ്പെടുത്തി. അവൾ അകത്തുകിടന്ന് കൂർക്കംവലിക്കുന്ന ശേഷാദ്രിയുടെ ആയുരാരോഗ്യ സൗഖ്യത്തിനായി ആരതിയോടൊപ്പം വോഡ്ക കുടിച്ചു. ആരതിയുടെ ഗ്ലാസ് പലവട്ടം നിറയുകയും ഒഴിയുകയും ചെയ്തു. ഒടുവിൽ അഥീന തടഞ്ഞിട്ടും അവൾ വേച്ചുവേച്ച് കാറിൽ കയറി യാത്രയായി.

കാറിന് ജനറലാശുപത്രി കഴിഞ്ഞപ്പോൾ വഴിതെറ്റി. ആരതി അതിനെ വഴക്കുപറഞ്ഞു.

'ഫോക്സ് വാഗണാത്രേ. അനുസരണകെട്ടവൻ. വീട്ടിലേക്കു പോകാതെ എങ്ങോട്ടാടാവ്വേ നിന്റെ പോക്ക്.' അവൾ പിന്നെ വിചാരിച്ചു: ഇത്രേന്നാളും എന്റെ ചൊല്പടിക്കു നിന്നോനാ. ങാ. നീയിപ്പോ ഇഷ്ടമൊള്ളടത്തേക്ക് പൊക്കോടാ.

അത്രേം കേട്ടപ്പോഴേക്കും വണ്ടി നേരേ മ്യൂസിയം ഭാഗത്തേക്കോടി. മ്യൂസിയം ഗേറ്റിൽ വണ്ടി നിന്നു. അല്ല ട്രാഫിക്ക് പോലീസുകാരൻ ഓടിച്ചെന്നു തടയുകയായിരുന്നു. അയാളുടെ കണ്ണു ചുവന്നു.

'വെള്ളോമടിച്ചു സിഗ്നലു നോക്കാതെ നിങ്ങളെങ്ങോട്ടാ വച്ചു പിടിക്കുന്നത്.'

'നീയാ കുമരേശനല്ലിയോ. നമ്മടെ ജ്ഞാനലക്ഷ്മിയേടെ കാമുകൻ. എനിക്കു മ്യൂസിയത്തിപ്പോണം.'

പോലീസ്ജീപ്പിൽ കയറുമ്പോഴും ആരതി ഉറക്കെ വിളിച്ചുപറഞ്ഞോണ്ടിരുന്നു.

'എനിക്കു മ്യൂസിയത്തിൽ പോയേ പറ്റൂ. പ്ലീസ്.'

ചുറ്റും തുറന്നടയുന്ന ക്യാമറാക്കണ്ണുകൾ ആരതിയെപ്പിടിച്ച് ലോകത്തുള്ള സകല വീടുകളുടേയും അകത്തളങ്ങളിലേക്ക് പീസുപീസാക്കിയിട്ടു.

○○

5
ഏറിയാലരനാഴികനേരം

ഒന്ന്

ഇതുപോലൊരു രാത്രിയിലെ നിർത്താതെയുള്ള ഫോൺവിളിയാണ് ഒരിക്കലെന്റെ സ്വസ്ഥത എന്നെന്നേക്കുമായി നശിപ്പിച്ചുകളഞ്ഞത്.

'ഇതു ഞാനാപ്പാ. ചന്ദ്രൻമാശ്. നിങ്ങ ബണ്ടീം കൊണ്ട് ബേഗം ബാ. എന്നെ ബണ്ടിയാപ്പീസിൽ ബിടണം.'

ഒന്നിനും ആരേയും ബുദ്ധിമുട്ടിക്കാത്തൊരാളായിരുന്നു അന്നയാൾ. ചന്ദ്രൻമാഷ്ക്ക് അത്രയേറെ പ്രധാനപ്പെട്ട എന്തോ ആവശ്യമുണ്ടാകുമെന്നാണ് ഞാനപ്പോൾ കരുതിയത്. വെളിച്ചമെല്ലാം കെട്ടൊരു മഴക്കാലരാത്രിയായിരുന്നു. വണ്ടിയുടെ പഴക്കം കൊണ്ട് വെട്ടം കുറഞ്ഞ ഹെഡ്ലൈറ്റ് പാതയിലെ കുഴികളെ മറച്ചുപിടിച്ചു. നല്ല മഴയത്തും ഇരുട്ടിലും നമുക്ക് സുഖമായി വണ്ടിയോടിക്കാമല്ലോ. ഒന്നും കാണാനാവാത്തതിനാൽ റോഡിനേക്കുറിച്ചോർത്തു വേവലാതിപ്പെടാതെ ചുമ്മാതങ്ങു ചവിട്ടി വിട്ടാൽ മതി. ചന്ദ്രൻമാഷ് എന്നെ കാത്ത് അയാളുടെ ലോഡ്ജിനു മുമ്പിൽത്തന്നെയുണ്ടായിരുന്നു. വണ്ടി നിന്നതും അയാൾ ഡോർ തുറന്ന് സീറ്റിലേക്കു ചാഞ്ഞുവീണു. അയാളാണോ ട്രാവൽ ബാഗാണോ ആദ്യം അകത്തു വീണതെന്ന് അതിശയത്തോടെ നോക്കിയിരുന്ന എന്നോടയാൾ പറഞ്ഞു.

'ബേം ബിടപ്പാ. ബണ്ടിബരാൻ അര മണിക്കുറേയുള്ളൂ.'

ഒരു പാലം കടക്കുന്നതിനിടയിൽ പെട്ടെന്നു വണ്ടി നിർത്താൻ പറഞ്ഞു.

'റയിൽവേസ്റ്റേഷനിലേക്കു പോകണ്ടേ.'

അയാൾ പറഞ്ഞ ട്രയിൻ വരാനപ്പോൾ പത്തു മിനിട്ടു കൂടിയേ

ഉണ്ടായിരുന്നുള്ളൂ.

'ബണ്ടി നിർത്ത്.'

എനിക്ക് അല്പമൊക്കെ ദേഷ്യം തോന്നിത്തുടങ്ങിയിരുന്നു. അതു മനസ്സിലാക്കിയ വണ്ടിച്ചക്രങ്ങൾ റോഡിൽ അലറിനിന്നു. അയാൾ വണ്ടിയുടെ ക്യാബിൻലാമ്പിട്ടു. ബാഗു തുറന്ന് ഒരു കട ലാസ് പൊതിയെടുത്തു. അതിൽ നിന്നും ഒരു പൊട്ടിയ മൊബൈൽ ഫോണിന്റെ കഷ്ണങ്ങളും കറുത്തുപോയ ഒരു വെള്ളിയരഞ്ഞാ ണവുമെടുത്ത് അയാൾ പാലത്തിനു താഴെ വെള്ളത്തിന്റെ ഇരുണ്ട അലർച്ചയിലേക്കെറിഞ്ഞു. പിന്നെ വാച്ചിൽ നോക്കി.

'നിങ്ങയിനി ബേം ബിട്. തെക്കോട്ടുള്ള ബണ്ടിക്കു നേരായി.'

റയിൽവേ സ്റ്റേഷനിലെത്തി വണ്ടി നിന്നപ്പോൾ അയാൾ ഒന്നും പറയാതെ ബാഗുമായി വേഗമിറങ്ങി അകത്തേക്കോടി.

വണ്ടി ഒതുക്കിയിട്ട് ഞാൻ ചെന്നപ്പോൾ തെക്കോട്ടുള്ള വണ്ടി പ്ലാറ്റ്ഫോമിലെത്തിയിരുന്നു. വണ്ടിയുടെ നേർക്ക് അയാൾ മെല്ലെ നടന്നടുക്കുന്നത് ഞാൻ കണ്ടു.

എന്നെ കണ്ടപ്പോൾ അയാൾ ധൃതിപിടിച്ച് വണ്ടിയിൽ ഓടിക്ക യറി. ഷട്ടറുകളെല്ലാം താഴ്ത്തിയിരുന്നതിനാൽ അകത്തു കയറിയ ആൾ ഏതു മുറിയിൽ ഏതിരിപ്പിടത്തിൽ എന്നൊന്നുമറിഞ്ഞില്ല.

പ്ലാറ്റുഫോമിലെ ഇരുട്ടിനു കൂട്ടായി കിടന്നുറങ്ങുന്ന ഏതാനും നായ്ക്കളും യാചകരും മാത്രമേ അവിടെയുണ്ടായിരുന്നുള്ളൂ.

ചന്ദ്രൻമാഷിന്റെ വണ്ടി ഒഴുകി നീങ്ങിപ്പോകുംവരെ ഞാൻ വെറുതേ നോക്കിനിന്നു.

ഒടുവിലെ ബോഗിയുടെ ചുവപ്പുവെട്ടം മറഞ്ഞപ്പോൾ കുറച്ചക ലെയുള്ള ഒരു കമ്പിത്തൂണിന്റെ മറവിലെ ഇരുട്ടിൽ നിന്നും ഒരാൾ താഴേക്കെടുത്തു ചാടുന്നതും റയിൽപ്പാളം മുറിച്ചുകടന്ന് അപ്പുറ ത്തു കാത്തുകിടന്ന ട്രയിനിൽ കയറുന്നതും കണ്ടു.

അതു ചന്ദ്രൻമാഷ് തന്നെയായിരുന്നു.

ഇയാളിതെന്തൊരു മനുഷ്യൻ.

തെക്കോട്ടുള്ള വണ്ടിക്കു പോകുന്നെന്ന് പറഞ്ഞിട്ട് രഹസ്യമാ യി വടക്കോട്ടു പോയി. അതുവരെ കണ്ടിട്ടില്ലാത്തൊരു കള്ളലക്ഷ ണമായിരുന്നു അയാൾക്കപ്പോൾ.

എന്നോടൊപ്പം അയാളൊരിക്കൽ ഒരു വാടകവീട്ടിൽ കഴിഞ്ഞി രുന്നു എന്ന ബന്ധം മാത്രമേ ഞങ്ങൾ തമ്മിലുള്ളൂ.

തീരെ പാവപ്പെട്ട കുട്ടികൾ മാത്രം പഠിക്കുന്ന ഒരു യൂപീ സ്കൂ ളിലെ അദ്ധ്യാപകനായിരുന്നു അയാൾ. എല്ലാം കൂടി അമ്പതിൽ

താഴെ കുട്ടികളായിരുന്നു അവിടെയുണ്ടായിരുന്നത്. കുട്ടികളെ അയാൾക്ക് ജീവനായിരുന്നു. ചന്ദ്രൻമാഷിന് ഇഷ്ടവിഷയം ചരിത്ര മായിരുന്നു.

ചെറിയ ക്ലാസ്സിൽ ചരിത്രം അത്ര പ്രധാനപ്പെട്ട വിഷയമൊന്നുമ ല്ലാത്തത് മാഷിനെ വിഷമിപ്പിച്ചു. കൊച്ചുകുട്ടികളാണല്ലോ ചരിത്ര ത്തോടൊപ്പം വളരുന്നതെന്നും അതുകൊണ്ട് താൻ പഠിപ്പിക്കുന്ന തൊക്കെ അവരുടെ ഭാവിക്കുള്ള മുതൽക്കൂട്ടാണെന്നും മാഷ് ചിന്തിച്ചു.

എന്തിന്റേയും ചരിത്രമന്വേഷിച്ചുപോകാൻ അയാൾ നേരം കണ്ടെത്തിയിരുന്നു.

കിട്ടിയ അറിവുകൾ കുട്ടികൾക്കു പറഞ്ഞുകൊടുത്തു.

മിഠായി വിതരണത്തോടെ മാത്രമേ എന്നും ചന്ദ്രൻമാഷ് ക്ലാസ്സ് തുടങ്ങിയിരുന്നുള്ളു. മേലണ്ണാക്കിലൊട്ടിപ്പിടിച്ച മിഠായിമധുരം നുണഞ്ഞിട്ടും മാഷ് വരച്ചിടുന്ന ചരിത്രമൊന്നും മനസ്സിലാക്കാനാ വാതെ കുട്ടികൾ വെറുതേ മിഴിച്ചിരുന്ന് ഞെളിപിരി കൊണ്ടു.

അയാളുടെ അടുത്ത കൂട്ടായിരുന്നിട്ടും മദനൻമാഷ് വിമർശിച്ചു.

'പുള്ളരെ ബുദ്ധിമുട്ടിക്കാണ്ട് മാശ് ബേറെന്തെങ്കിലും ഗവേശ ണം ചെയ്യാന്നോക്കപ്പാ.'

'ചരിത്രബോധമില്ലാത്തതാ മദനമ്മാശിന്റെ കൊയപ്പം.'

അങ്ങനെ കേട്ടുകേട്ട് ലജ്ജിച്ചാണ് മദനൻമാഷ് ഉപദേശം നിർ ത്തിയത്. എങ്കിലും കുട്ടികൾ പഠിച്ചില്ലെങ്കിലും നിരന്തരം കേട്ട് അത്യാവശ്യം ചരിത്രമൊക്കെ മദനൻമാഷ് മനസ്സിലാക്കി.

ഒരു ദിവസം പാവപ്പെട്ട കുചേലന്റെ കക്ഷത്തിലെ വിയർപ്പുമ ണമുള്ള അവിൽ വാരിത്തിന്നുന്ന ദൈവത്തെ ആറിലെ മലയാളം ക്ലാസിൽ അങ്ങനെ വിട്ടിട്ട് അയാൾ കേലാടി നായ്ക്കന്മാരുടെ അധിനിവേശത്തിന്റെ ആവേശത്തിലായി.

ചന്ദ്രൻമാഷിന്റെ ക്ലാസ്സിലൂടെ പോർട്ടുഗീസുകാർ തോറ്റോടുന്ന തു കണ്ട് ഒടുവിൽ മദനൻമാഷ് മലയാളത്തിലെ പലകമറ നിരക്കി നീക്കി വച്ച് ഏഴിലെ ചരിത്രക്ലാസ്സിൽ പ്രവേശിച്ചു.

'ബേക്കൽക്കോട്ട ഇണ്ടാക്കിയത് ശിവപ്പനായിക്കല്ലേ മാശേ.'

ചന്ദ്രൻമാഷ് ക്ലാസ്സിൽ നിറഞ്ഞുനിന്നു ചിരിച്ചു.

'പുള്ളരേ നിങ്ങക്ക് തിരിഞ്ഞിനൊ. ഞമ്മന്റെ മദനൻമാശ് ചരി ത്രം പഠിക്കാൻ തുടങ്ങിയിരിക്ക്ന്ന്. എല്ലാരും മാശ്ക്കൊരു സബ്ബാ ശ് പറയിനി.'

കുട്ടികളുടെ കൈയടി കേട്ട് മദനൻമാഷിനു നിർവൃതിയായി.

ചന്ദ്രൻമാഷിന് ആവേശമായി. ഒരു ചരിത്രവിരുദ്ധനെ മനസ്സുമാറ്റി യെടുത്തുവല്ലോ.

'ബേക്കലിന്റെ കോട്ട മാത്രമല്ല ചന്ദ്രഗിരീന്റെ കോട്ടയും പിന്നെ മംഗലാപുരത്തിന്റെ കോട്ടയുമെല്ലാം ഇണ്ടാക്കിയത് ശിവപ്പനായി ക്കാണപ്പാ. പിന്നേമുണ്ട് കാര്യം. ഓറു ഭരണത്തിൽ ബലിയ പരിഷ് കാരങ്ങളു കൊണ്ടുബന്നിട്ട്ണ്ട്.'

മദനൻമാഷിനു പെട്ടെന്ന് ഇഷ്ടക്കേടുണ്ടായി.

ചന്ദ്രൻമാഷ് കുട്ടികളെ വിട്ട് മദനൻ മാഷിന്റെ മുഖത്തു തന്നെ നോക്കി ക്ലാസ്സു തുടർന്നതെന്തിന്.

ഛേ. കുട്ടികളുടെ മുമ്പിൽ താൻ തീരെ ചെറുതായപോലെ.

മലയാളത്തീന്ന് അതിക്രമിച്ചു കയറി ശത്രുരാജ്യത്തെത്തിയതു പോലെ തോന്നി.

പിന്നീടയാൾ മലയാളത്തിന്റെ അതിരുകൾ വിടാതിരിക്കാൻ ശ്രദ്ധിച്ചിരുന്നു. എല്ലാ മാസവും ചന്ദ്രൻമാഷ് കുട്ടികളെ ഉത്സാഹ ത്തോടെ പഠനയാത്രക്കു കൊണ്ടുപോയിരുന്നു.

ചരിത്രസ്മാരകങ്ങളും കടൽത്തീരങ്ങളും മലകളും പുഴകളും കാടുമൊക്കെകാണാൻ.

എല്ലാം കുട്ടികൾ പഠിക്കട്ടെ. പിന്നല്ല.

ചന്ദ്രൻമാഷ് ഒളിച്ചുപോയി ഒരാഴ്ച കഴിഞ്ഞു ഞാൻ കാഞ്ഞ ങ്ങാട് വച്ച് മദനൻമാഷിനെ കണ്ടു. ബാറിൽ നിന്നിറങ്ങുന്നത് ആരെങ്കിലും കണ്ടോ എന്ന കള്ളനോട്ടത്തോടെ ഞാനൊരു മര ത്തിന്റെ മറപറ്റി തെരുവിലേക്കിറങ്ങുകയായിരുന്നു. കുറ്റിയടിച്ചുറ പ്പിച്ച തള്ളുവണ്ടിയിൽ നിരത്തിയ പഴയ വാച്ചുകളും നന്നാക്കലുപ കരണങ്ങളുമായി കൂനിപ്പിടിച്ചിരുന്ന വയസ്സൻപണിക്കാരന്റെ അടു ത്തുനിന്നും ആരോ എന്നെ വിളിച്ചു.

മദനൻമാഷ് തന്റെ പഴയ വാച്ച് നന്നാക്കാനെത്തിയതായിരുന്നു.

പണിക്കാരൻ അയാളുടെ വലങ്കണ്ണിൽ പിടിപ്പിച്ച ലെൻസിലൂടെ ഞങ്ങളെ നോക്കി.

'മാശിന്റെ ബാച്ച് ശരിയായിട്ടില്ലട്ടോ. നാളെ എന്തായാലും തരാ ട്ടോ.'

മദനൻമാഷ് കാഞ്ഞങ്ങാട് ബസ് സ്റ്റാന്റ് വരെ എന്റെ കൂടെ നട ന്നു. അത്രയും നേരം അയാൾ ചന്ദ്രൻമാഷേക്കുറിച്ചു മാത്രമേ സം സാരിച്ചുള്ളൂ. ആ വാക്കുകളിലൂടെ ചന്ദ്രൻമാഷുടെ അതുവരെ കണ്ടിട്ടില്ലാത്തൊരു മുഖമാണ് അയാൾ അനാച്ഛാദനം ചെയ്തത്.

അത് മാനത്തെ അമ്പിളിയുടെ ഇരുൾ മൂടിയ മറ്റേപാതിപോലെ

ആയിരുന്നു. ചന്ദ്രൻമാഷിന് അമ്പിളിയമ്മാവൻ എന്ന വിളിപ്പേരുണ്ടെന്ന് മദനന്മാഷ് പറഞ്ഞു.

'സ്വന്തമായി കുടുംബമില്ലാത്ത ചന്ദ്രൻമാഷിനു സ്കൂളും കുട്ടികളുമായിരുന്നു കുടുംബം എന്നാണല്ലോ പറഞ്ഞിട്ടുള്ളത്.'

'ഇതെല്ലാം നൊണയാണു മാശേ.'

ബസ് സ്റ്റാന്റിൽ വണ്ടി സ്റ്റാർട്ടു ചെയ്ത് അഞ്ചാറ് പ്രാവശ്യം ഹോൺ മുഴക്കി ആളുകളെ ആകർഷിച്ചു വരുത്തി എല്ലാ സീറ്റുകളും നിറഞ്ഞോ എന്നു നോക്കിയിട്ട് എനിക്കു പോകാനുള്ള ബസ്സിലെ ഡ്രൈവർ ഡോർ തുറന്നിറങ്ങി അടുത്ത സർബ്ബത്ത്കടയിലേക്ക് കയറിപ്പോയി.

മദനൻമാഷ് കഥ തുടർന്നു

'ചന്ദ്രൻമാശ്ക്ക് ചെറിയ ചെറിയ പെൺപിള്ളരോടു പെരുത്ത ഇഷ്ടം. മൂപ്പര് കണ്ടപോലെയല്ല. ആളൊരു ബലീയ ഉസ്താദാപ്പാ.'

മദനൻമാഷ് കണ്ണുപൂട്ടി കവിൾ വീർപ്പിച്ചു നിന്നു പൊട്ടിച്ചിരിച്ചു. സർബ്ബത്ത്കടയിലെ ആളുകൾ ഞങ്ങളെ ശ്രദ്ധിക്കുന്നുണ്ടായിരുന്നു.

'പുള്ളർക്ക് ഒന്നും തിരിയാത്ത പ്രായം. മാശ്ക്കാണെങ്കിൽ എല്ലാം മനസ്സിലായി ചുറ്റിക്കളിക്കുന്ന കാലം.'

'നേരോ?'

'കോട്ട കാണാനും ബിനോദയാത്രക്കുമെല്ലാം പോകുമ്പോൾ മാശ് ബർക്കത്തുള്ള പുള്ളരെ മടിയിലിരുത്തീട്ടു തൊടുന്നതും തടവുന്നതും ഞാൻ കൊറേക്കുറി കണ്ടിട്ടുണ്ടായിനി മാശേ.'

എല്ലാം അവിശ്വസനീയമായ കാര്യങ്ങൾ. ഒരിക്കൽ ഏഴാം ക്ലാസ്സിലെ ഒരു പെൺകുട്ടിയെ കാണാതായി. ഒരു തെളിവും കിട്ടിയില്ല. പോലീസ് സ്റ്റേഷനും കോടതിയും കയറിയിറങ്ങിയ അവളുടെ ദരിദ്രരായ മാതാപിതാക്കൾ പോലും എല്ലാം മറന്നു.

'അങ്ങനെയാപ്പാ മാശ് ബിനോദയാത്ര നിർത്തിക്കളഞ്ഞത്.'

ബസ്സ് സ്റ്റാന്റ് വിറപ്പിച്ചുകൊണ്ട് എന്റെ വണ്ടിയുടെ ഡ്രൈവർ ഹോൺ മുഴക്കി. നടക്കാൻ തുടങ്ങിയ എന്നെ മദനൻമാഷ് തോളിൽ പിടിച്ച് നിർത്തി.

'മാശ്ക്കു ബേറ ബണ്ടി ബരാനുണ്ടപ്പാ. മാശേ ഇനി എപ്പൊ കാണാൻ കയിയും?'

അയാൾ തുടർന്നു. ഒരാഴ്ചമുമ്പ് സ്കൂളിലെ സ്റ്റാഫ് ഒരു ടൂർ സംഘടിപ്പിച്ചു. ഒറ്റപ്പകൽ തമാശയാത്ര. തീറ്റീംകുടീമായി ഒരു ജീപ്പിൽ കറങ്ങി. ബേക്കൽ കഴിഞ്ഞ് ചന്ദ്രഗിരിയിലെത്തി. കോട്ട ആകെ തകർന്നു കിടക്കുകയാണെന്നും നിറയെ കാടും ഇഴജന്തു

ക്കളുമാണെന്നും അവിടെ ഒന്നും കാണാനില്ലെന്നും പറഞ്ഞു ചന്ദ്രൻമാഷ് നിരുത്സാഹപ്പെടുത്തി. ചന്ദ്രൻമാഷ് ഒഴികെ എല്ലാവരും കോട്ടയിലേക്ക് കയറി. ബേക്കലിലെ പൊരിവെയിലത്ത് നടന്നതുകൊണ്ട് ചന്ദ്രൻമാഷിന് തലവേദനയായിരുന്നു. തണുത്ത കുപ്പിവെള്ളം വാങ്ങി കുടിക്കുകയും മുഖത്തും തലയിലും തളിക്കുകയും ചെയ്തിട്ട് അയാൾ ജീപ്പിലിരുന്നു. ഒറ്റപ്പെട്ട സ്ഥലം കണ്ടപ്പോൾ മറ്റുള്ളവർക്ക് ഹരമായി. കൈയിൽ കരുതിയിരുന്ന വിസ്കിയും സോഡയുമായി തലപ്പൊക്കത്തിൽ വളർന്ന പുല്ക്കൂട്ടത്തിലെ വഴിത്താരയിലൂടെ അവർ മുന്നോട്ട് നടന്നു.

'മാശറിഞ്ഞോ. മുന്നേ പോയ മാശമ്മാർ എന്തോ കണ്ടു പേടിച്ച് പൊറഗോട്ടേക്ക് ഒരോട്ടമോടുന്നത് കണ്ടിട്ട് ഞാനും പോയിക്കണ്ടിരിക്കുന്ന്. ഓ. ബല്ലാത്ത ഒരസ്ഥികൂടം. കണ്ടിട്ട് ചെറിയ ഒരു കുഞ്ഞിന്റെയസ്ഥികൂടം.'

തിരിച്ചുപോകാൻ ജീപ്പിനടുത്തേക്ക് ചെന്ന അവർ ചന്ദ്രൻമാഷിനെ എങ്ങും കണ്ടില്ല. പോലീസും കേസും കോടതീമൊക്കെയായി നടക്കാൻ ഭയപ്പെട്ട് അവർ ആരോടും അതിനെക്കുറിച്ച് പറഞ്ഞില്ല. മഴയുള്ള ഒരർദ്ധരാത്രിയിൽ അയാളെ തീവണ്ടിയാപ്പീസിലേക്കു കൊണ്ടുചെന്നു വിട്ട കാര്യം ഞാൻ അപ്പോളോർത്തുപോയി.

'ചന്ദ്രൻമാഷ് ചരിത്രത്തിന്റെ ഭാഗമായിക്കാണും. അല്ലേ മാഷേ?'

മദനൻമാഷ് മറുപടിതരാതെ അവിടെവന്ന ഒരു ബൈക്കിൽ കയറിപ്പോയി.

അതൊക്കെ കഴിഞ്ഞിട്ടിപ്പോൾ മൂന്നു വർഷമായി. ഞാൻ എല്ലാം മറന്നിരുന്നു. അങ്ങനെയിരിക്കെയാണ് കഴിഞ്ഞ മാസം ഒരർദ്ധരാത്രിയിൽ ഫോൺ ചിലച്ചത്. അപരിചിതമായ നമ്പർ. നാലഞ്ചു പ്രാവശ്യം കട്ടുചെയ്തിട്ടും വിളി തുടർന്നു. ഒടുവിൽ സഹികെട്ട് ഫോണെടുത്തു.

'ഇതു ഞാനാപ്പാ. ചന്ദ്രന്മാശ്. നിങ്ങ ബണ്ടീം കൊണ്ട് ബേഗം ബാ. ഞാൻ ബണ്ടിയാപ്പീസിലുണ്ട്.'

ചന്ദ്രൻമാഷിന്റെ ശബ്ദം ഒരുൾക്കിടിലത്തോടെ ഞാൻ കേട്ടു.

റയിൽവേസ്റ്റേഷന്റെ ആളൊഴിഞ്ഞ മുൻവശത്തെ മഞ്ഞവെട്ടത്തിൽ അയാൾ എന്നെ കാത്തുനില്പുണ്ടായിരുന്നു. താടിയും മുടിയും വളർന്ന ആ പ്രാകൃതരൂപത്തിൽ നിന്നും ചന്ദ്രൻമാഷെ ഗണിച്ചെടുക്കാൻ ഞാൻ പ്രയാസപ്പെട്ടു. ഡോർ തുറന്ന് എന്റെ ഇടതുവശത്തിരുന്ന അയാളുടെ മുഷിഞ്ഞ തുണിഗന്ധം അസഹ്യമായിരുന്നു.

എന്റെ താമസസ്ഥലത്തെത്തി ഒരു മണിക്കൂറോളം നീണ്ട കുളി കഴിഞ്ഞ് പുറത്തുവന്ന അയാൾ പറഞ്ഞു.

'കണ്ണാടി നോക്കീട്ട് എനക്കൊരു സോക്രട്ടീസ് പോലെ തോന്നുന്നു. മാശ്ക്കെന്താ തോന്നുന്നേ.'

അയാൾ പെട്ടെന്നുറങ്ങി. എന്റെ ടർക്കിടവ്വലുടുത്ത് ധാർഷ്ട്യത്തോടെ ഉറങ്ങുന്ന സോക്രട്ടീസിനെ എങ്ങനെ ഒഴിവാക്കണമെന്ന ചിന്ത എന്റെ ഉറക്കം കെടുത്തിക്കളഞ്ഞു. നേരം വെളുത്തപ്പോൾ കട്ടൻ കാപ്പിയുണ്ടാക്കിക്കൊണ്ടിരുന്ന എന്നെ അയാൾ വിളിച്ചു.

'നിങ്ങക്കൊരു ബുദ്ധിമുട്ടായി. അല്ലേ മാഷേ.'

'ഇല്ലാന്നേ. മാഷൊന്ന് ഉഷാറായിരിക്ക് മാഷേ. ഒന്നിച്ചിരുന്നു ബ്രേക്ക്ഫാസ്റ്റും കഴിച്ചിട്ടു പോയാൽ മതി.'

'ഏടെക്കു പോകാൻ? ഞാനേടേം പോന്നില്ല. നല്ലൊരു മനിച്ചനാന്ന് നിങ്ങ. മാശിന്റെ കൂടെത്തന്നെ കൂടാനാ തീരുമാനം.'

അതിശയവും ഭയവും എന്നെ പൊതിഞ്ഞു. എന്റെ സ്വന്തം ആവശ്യങ്ങൾക്കുപോലും പണം തികയുന്നില്ല. ഈ മാസം ഇതുവരെ വീട്ടിലേക്കു പണമയച്ചിട്ടില്ല. മടിച്ചുമടിച്ചാണെങ്കിലും ഞാനെന്റെ കഷ്ടപ്പാടുകൾ പറഞ്ഞു. പുഞ്ചിരിയോടെ അയാളെല്ലാം കേട്ടു. എന്റെ കൈയിലവശേഷിച്ച ആയിരം രൂപാ കൊടുത്തപ്പോൾ വാങ്ങിയിട്ട് അയാൾ തലയാട്ടി.

'അങ്ങനെങ്കിൽ ഇപ്പോ ഇതു മതി.'

'ചന്ദ്രൻമാഷ് മറ്റെന്തെങ്കിലും വഴി നോക്ക്. ഇവിടെ എന്റെ കാര്യം തന്നെ കഷ്ടിയാ. കാശൊന്നുമില്ല'

അയാളുടെ പുഞ്ചിരി പെട്ടെന്നു കെട്ടു.

'അതു ശരിയാവില്ലപ്പാ. എനക്ക് ഏടേം പോകണ്ടാ.'

എന്റെ വാക്കുകൾ കൈവിട്ടു.

'ചന്ദ്രൻമാഷ് സ്വന്തമായി തീരുമാനിച്ചോണം. എനിക്കത്രേ പറയാനുള്ളൂ.'

'ആയിക്കോട്ടെ. ഞാ പോകാം. എനക്കൊരു ഇരുപത്തയ്യായിരം ഉറുപ്പിക മാസംമാസം തരണം. കയ്യില്ലെങ്കിൽ ഇപ്പോ പറേണം. അത്രേ എനക്കു ബേണ്ടൂ.'

'ഇല്ലെങ്കിലോ?'

'തന്നില്ലെങ്കിലെന്താക്കും. ഹഹഹഹ. അപ്പോ ആ പയേ കോട്ടേലെ കുഞ്ഞ് ചത്ത കാര്യം നിങ്ങടെ തലേൽ ഞാ കെട്ടിബയ്പ്പിക്കും.'

'ഞാനോ?'

▸ ചാവുകേളി

ചന്ദ്രൻമാഷ് ഒരു കഥ പറഞ്ഞു. അതിൽ ഞാനൊരു ദുഷ്ടനായിരുന്നു. അയാളുടെ സ്കൂളിലെ നിത്യസന്ദർശകനായിരുന്ന ഞാനൊരു കൊച്ചുപെൺകുട്ടിയെ കാട്ടിൽ കൊന്നുതള്ളിയത്രേ. പിടി കൊടുക്കാതിരിക്കാൻ ഒരു രാത്രിയിൽ ഒളിച്ചോടുമ്പോൾ അയാൾ കുറ്റം ഏറ്റെടുത്തു.

'മാശേ, എനക്കറിയാം. നിങ്ങ അല്ല കൊന്നത്. നിങ്ങക്കൊരു ബീടും കുടുംബോമൊക്കെ ഇണ്ടല്ലോ.'

എന്റെ മാന്യത. കുടുംബം. എന്റെ എല്ലാ സന്തോഷവും ഒന്നിച്ചൊഴുകിയൊലിച്ചുപോകുന്നല്ലോ. എന്നിട്ടും ഞാനുറപ്പിച്ചു പറഞ്ഞു.

'ഇല്ല. നിങ്ങടെ ഭീഷണിക്കു ഞാൻ വഴങ്ങുന്നില്ല. എന്തെങ്കിലും ചെയ്യൂ.'

'അപ്പോ അങ്ങന സുയിക്കണ്ട. അയിന് ബേറെ പണി തരും.'

പഴഞ്ചൻ ബാഗ് പൊക്കിയെടുത്തുകൊണ്ട് അയാൾ വേഗം വെളിയിലേക്കു നടന്നുപോയി.

ചന്ദ്രൻമാഷ് ഭീഷണി മുഴക്കിപ്പോയിട്ട് മാസമൊന്നു കഴിഞ്ഞു. അയാൾ ചരിത്രത്തിന്റെ ഏതോ ഇരുണ്ട കാട്ടിനുള്ളിൽ പ്രേതരൂപിയായി ഒളിച്ചിരുപ്പുണ്ടെന്നെനിക്കറിയാം.

രണ്ട്

അർദ്ധരാത്രി കഴിഞ്ഞ ഈ നേരത്ത് ഫോൺ നിർത്താതെ മണിയടിക്കുന്നല്ലോ. പരിചയമില്ലാത്ത ഫോൺ നമ്പർ.

'ഇതു ഞാനാപ്പാ. മദനൻമാശ്. നിങ്ങ ബണ്ടീം കൊണ്ട് ബേഗം ബാ. എന്നെ ബണ്ടിയാപ്പീസിൽ ബിടണം.'

ചാക്രികമായി ചലിക്കുന്ന ചരിത്രം ഒരിക്കൽക്കൂടി എന്നെ കടന്നുപോകുന്നതായി തോന്നി. പുറത്ത് മഴ ശക്തിയായി പെയ്യുന്നു. ജന്നൽപ്പാളി തുറന്നുവന്ന തണുത്ത കാറ്റ് എന്നെ ഇക്കിളിപ്പെടുത്തുന്നു. ഇക്കിളിയെ ഞാൻ പരിഹാസമായി മാറ്റിയെടുത്തു.

'മാഷുടെ പഴയ ഫോൺ പൊട്ടിപ്പോയോ. കളയാനൊരു വെള്ളിയരഞ്ഞാണവുമുണ്ട്. അല്ലേ മാഷെ?'

'അയ്യടാ നിങ്ങ എങ്ങനെ അതറിഞ്ഞു?'

'പോകുന്നതിനിടയിൽ വണ്ടി പാലത്തിൽ നിർത്തണം അല്ലേ?'

'അയ്യടാ ഞാനീ സാധനം ബെള്ളത്തിൽ ചാടിക്കളയുന്ന ബിബരം മാശ്ക്ക് എങ്ങനെ മനസ്സിലായി?'

'തെക്കോട്ടുള്ള ട്രയിനല്ലേ മാഷ്ക്ക് പോകേണ്ടത്?'

'ഈ മാശിന്റെയോരു കാര്യം. നിങ്ങക്ക് ജാലവിദ്യ അറിയോ

മാശേ. ഞാ ബിജാരിച്ച സംഗതികളെല്ലാം മാശ്ക്കെങ്ങനെ പിടികിട്ടി?'

'മദനൻമാഷ് തയ്യാറായിരുന്നോളൂ. ഏറിയാൽ അരനാഴികനേരം. വണ്ടി വരും.'

ഞങ്ങളുടെ ഫോൺസംഭാഷണം കഴിഞ്ഞ് സുമാർ അരമണിക്കൂറിനുള്ളിൽ ഹോസ്ദുർഗ്ഗ് പോലീസ് സ്റ്റേഷനിലെ ജീപ്പ് മദനൻമാഷിന്റെ മുറ്റത്തെത്തി.

ഇതൊരു സാങ്കല്പിക കഥയാണ്. ഇങ്ങനെയൊക്കെ സംഭവിക്കാതിരിക്കട്ടെ എന്നാശിക്കാനല്ലാതെ നമുക്കെന്തു കഴിയും.

○○

6
മാർജ്ജാരയോഗവൈഭവം

നോക്ക്. ഞാൻ പറയുന്നതൊന്നും വിശ്വസിക്കില്ലെന്ന് നിന്റെയീ തിളങ്ങുന്ന ചാരക്കണ്ണു ചുളിച്ചുള്ള നോട്ടം കണ്ടാലറിയാം. എന്താ ശരിയല്ലേ. പറ്റുമ്പോഴെല്ലാം നിന്നെയെടുത്ത് മടീലും തോളത്തും വച്ച് ഞാനല്ലാതെ വേറെ ആരേലും ഓമനിക്കുന്നുണ്ടോ. നിന്റെ ചെവിയേടെ ചോട്ടിലും താടിയിലെ അയഞ്ഞു തൂങ്ങിയ മിനുസ ത്തൊലിയിലും വിരലോടിച്ച് നിന്നെ കണ്ണേ പൊന്നേന്നു വിളി ക്കാൻ ഈ വീട്ടിൽ ഞാനല്ലാതെ വേറെ ആരേലുമുണ്ടോടാ. കുഞ്ഞായിക്കാ,സ്നേഹം വേണമെടാ സ്നേഹം. നിന്നെപ്പോലെ യുള്ള മൃഗങ്ങളുടെ കിടപ്പും നടപ്പുമൊക്കെ അനുകരിച്ചാണ് ഞങ്ങൾ മാർജ്ജാരാസനോം മകരാസനോമൊക്കെ പഠിച്ചത്. എന്നിട്ടും ഒരു വാക്കുകൊണ്ടു പോലും നീയെന്നെ സാന്ത്വനിപ്പിച്ചി ല്ലല്ലോ.

നീയും എന്റെ ഈ വീട്ടിലുള്ള മനുഷ്യമ്മാരേപ്പോലെ എന്നെ സംശയിക്കല്ലേ. അടച്ചിട്ടിരിക്കുന്ന ഈ മുറിയുടെ കതകിൽ കുറേ നേരംകൊണ്ട് അവർ മുട്ടിവിളിക്കുന്നതു നീയും കേൾക്കുന്നില്ലേ. പഞ്ചേന്ദ്രിയങ്ങളെ നിയന്ത്രിക്കുകവഴി ശരീരത്തിന്റെയും മനസ്സിന്റെ യും ആരോഗ്യത്തെ വർദ്ധിപ്പിച്ച് ജീവിതം ആനന്ദകരമാക്കാൻ യോ ഗ സഹായിക്കുന്നു എന്നാണല്ലോ എല്ലാരും പറയുന്നത്. എന്നാൽ എന്റെ മനസ്സ് കൈയീന്നു പോയെന്നു തോന്നുന്നു. ഇന്നലെ രാത്രിയിലെ സംഭവങ്ങൾ ഒന്നൂടെപ്പറയാം. അവരോടു പറഞ്ഞാൽ വിശ്വസിക്കത്തില്ല. ശ്രദ്ധിച്ചു കേട്ടോണം.

അവധി കഴിഞ്ഞ് മോൾക്ക് ഇന്നലെ രാത്രി ഒമ്പതു മണിക്കുള്ള മലബാർ എക്സ്പ്രസ്സിലായിരുന്നു മംഗലാപുരത്തേക്കു തിരിച്ചുപോ കേണ്ടതെന്ന് നിനക്കറിയാമല്ലോ. അവളെയും കൂട്ടി എന്റെ ബൈ ക്ക് മുമ്പോട്ടു നീങ്ങിയപ്പോൾ നീ വഴിതടഞ്ഞു നിന്നതു മറന്നുപോ

യോ. മ്യാവൂ മ്യാവൂന്നു കരഞ്ഞോണ്ട് മുമ്പേന്നു മാറാതെ നിന്ന നിന്നെ എന്റെ ഭാര്യ തല്ലിയോടിച്ചതും ഞാൻ വണ്ടീലിരുന്നു ചിരിച്ചതും നിനക്കു വിഷമമായിക്കാണും. അതുകൊണ്ടല്ലേ കുഞ്ഞായിക്കാ, ശ്വാസംപിടിച്ച് ഒരു യോഗിയെപ്പോലെ നീ മസിലും തെള്ളിച്ച് ഇപ്പോഴും മിണ്ടാതിരിക്കുന്നത്. നിന്റെ മനസ്സിൽ എന്തൊക്കെ തോന്നിയാലും നീയങ്ങനെ എന്നോടു പെരുമാറരുതായിരുന്നു. എന്തു കണ്ടാലും കേട്ടാലും കണ്ണും ചെവീം പൂട്ടി ശിലാവിഗ്രഹങ്ങളെപ്പോലെ ഇരിക്കാൻ ഞങ്ങൾ മനുഷ്യർ പഠിച്ചുകഴിഞ്ഞു. പറയാനും പ്രവർത്തിക്കാനും തോന്നുന്നതിനെ ഉള്ളിലിട്ട് സ്വയം സെൻസർ ചെയ്തില്ലേൽ പെട്ടുപോകുമെന്ന് ഞങ്ങൾക്കറിയാം. ജന്തുവർഗ്ഗത്തിൽ മനുഷ്യനു മാത്രമേ ഈ പരിധിയുള്ളു. നീയുൾപ്പെടെ മറ്റു മൃഗങ്ങളെല്ലാം ഒരുവിധത്തിൽ സ്വതന്ത്രരാണ്.

അതൊക്കെ പോട്ടെ. കഥയിലേക്കു തിരിച്ചുവരാം. രാത്രി ഒമ്പതേഅഞ്ച്. തീവണ്ടിയാപ്പീസിൽ കൃപയോടെ ധ്യാനലീനരായിരുന്ന യാത്രികരുടെ പെട്ടികൾ മലബാർ എക്സ്പ്രസ്സിന്റെ വരവറിയിച്ചുകൊണ്ട് തിടുക്കത്തിൽ പിടഞ്ഞെണീറ്റു. ചിരിച്ചുകൊണ്ട് കൈവീശിയിട്ട് മോൾ കോച്ചിനുള്ളിലേക്ക് കയറിപ്പോയി. പുകനിറത്തിലുള്ള ചില്ലുപാളികളായിരുന്നതിനാൽ പിന്നീടൊന്നും കണ്ടില്ല.

നീനക്കെന്താ കുഞ്ഞായിക്കാ ഒരു പരിഹാസം. എന്റെ കഥ പറച്ചിൽ നീ തീരെ ശ്രദ്ധിക്കുന്നില്ല. അല്ലെങ്കിൽ കൈവെള്ളയിലെ മൃദുരോമങ്ങൾ നക്കീട്ട് നീ വെറുതെ ഭിത്തിയിലെ ഇല്ലാത്തൊരു ഷഡ്പദത്തെ നോക്കി കണ്ണിറുക്കില്ലായിരുന്നു. നീ കേൾക്ക്. ഞാൻ പറയുന്നത് സത്യമാടാ. റയിൽവേസ്റ്റേഷനിൽ വച്ച് എന്റെ സഹപാഠിയായ ജേക്കബിനെ കണ്ടു. യോഗ പരിശീലകനായ അവൻ തിരുവനന്തപുരം യാത്ര കഴിഞ്ഞുള്ള വരവായിരുന്നു. നീ സംശയിക്കേണ്ട. ജേക്കബ് പ്രശസ്തനായ യോഗ പരിശീലകനാണ്. വേണ്ടാന്നു പറഞ്ഞിട്ടും അവനെ വീട്ടിലാക്കിയിട്ട് പോരാമെന്നു ഞാൻ നിർബ്ബന്ധം പിടിച്ചു. അവനേക്കൊണ്ട് രാത്രിയിൽ വെറുതേ ടാക്സിക്കാശ് കൊടുപ്പിക്കുന്നതെങ്ങനെ. ടൗണിലൂടെ ചുറ്റിയാൽ എനിക്ക് വെറും മൂന്നു കിലോമീറ്റർ അധികം പോകണമെന്നേയുള്ളൂ. അവനെന്നെ എത്ര തവണ വീട്ടിൽ കൊണ്ടുവന്നു വിട്ടിരിക്കുന്നു. ഓരോ ചായയും പഴംപൊരീം തിന്നിട്ട് ഞങ്ങൾ ടൗണിലേക്കു പോയി.

കുഞ്ഞായിക്കാ ഇനീം പറയുന്നതു നല്ലോണം കേട്ടോണേ. നിന്നോടല്ലാതെ ഞാനാരോടു പറയും. ഉള്ളു പൊരിയുന്നല്ലോ.

റയിൽവേസ്റ്റേഷനിലെ വിളറിയ വെട്ടമുള്ള മുറ്റം കഴിഞ്ഞപ്പോഴാണ് ഇരുട്ടിന്റെ കട്ടി കൂടിയത്. അവിടവിടെയായി കൊച്ചുകൊച്ചു വൈദ്യുതദീപങ്ങളുമായി ആരെയോ നിഷ്ഫലമായി കാത്തിരിക്കുന്ന വിളക്കുകാലുകളുടെ ദേശം പിന്നിട്ട് ഞങ്ങൾ ടൗണിലെത്തി. ടൗൺ പല നിറങ്ങളിലുള്ള ഇടിവെട്ടുവെളിച്ചവുമായി അണിഞ്ഞൊരുങ്ങിയിരുന്നു.

നീലയും മഞ്ഞയും കത്തിപ്പടരുന്ന ഡിജിറ്റൽ സൈൻബോർഡുള്ള പുതിയ ബഹുനിലമാളികയുടെ അടുത്തെത്തിയപ്പോൾ ജേക്കബ് വണ്ടി നിർത്താൻ പറഞ്ഞു. പുതുതായി തുടങ്ങിയൊരു വ്യവസായകേന്ദ്രമാണതെന്നു പറഞ്ഞിട്ട് ജേക്കബ് ഉറക്കെച്ചിരിച്ചു. അതുവഴി ഏറെ നാളായി വരാത്തതുകൊണ്ട് അങ്ങനെയൊന്ന് ഞാൻ കണ്ടിട്ടില്ല. സുഖം തേടിയെത്തുന്ന പണക്കാർക്കു വേണ്ടിയുള്ള പുതിയൊരു സംരംഭമായിരുന്നു അതെന്നാണ് ജേക്കബ് പറഞ്ഞത്. പകൽനേരത്ത് പേരിനേതോ ചെറുകിട ഫാക്ടറിയും അതിനോടു ചേർന്നു പ്രവർത്തിക്കുന്നുണ്ട്. രാത്രിയിലെ ഇടപാടുകാർക്കാവശ്യമുള്ള കോണ്ടമായിരിക്കും ഫാക്ടറിയിൽ ഉത്പ്പാദിപ്പിക്കുന്നതെന്നും അധികം ആലോചിക്കാതെ വണ്ടി വിടാനും അവൻ പറഞ്ഞു. ഒരു പെൺകുട്ടി വേഗം നടന്ന് ആ കെട്ടിടത്തിനു മുമ്പിലെത്തുന്നതും അവളെ കണ്ടപ്പോൾ കാവൽക്കാരൻ ഓടിയെത്തി ഗേറ്റു തുറന്നുകൊടുക്കുന്നതും കടന്നുപോയ വാഹനങ്ങളുടെ വെളിച്ചത്തിൽ ഞാൻ കണ്ടു.

കുഞ്ഞായിക്കാ, പുറത്തൊരു വലിയ ബാക്പാക്കും കൈയിലൊരു ട്രോളിബാഗുമായി ആ ഗേറ്റിനുള്ളിലേക്കു പോയ പെൺകുട്ടി ആരെന്നു നിനക്കറിയാമോ. സർവ്വനിയന്ത്രണോം വിട്ട ഞാൻ ജേക്കബ്ബിനെ വണ്ടിയേല്പിച്ച് ഒന്നും നോക്കാതെ ചീറിപ്പായുന്ന വാഹനങ്ങൾക്കിടയിലൂടെ ഓടി.

എന്നെ കണ്ടതും കാവല്ക്കാരൻ വേഗം ഗേറ്റ് പൂട്ടി.

ഞാൻ ഗേറ്റിൽ തട്ടി വിളിച്ചുകൊണ്ടിരുന്നു.

ആദ്യമാദ്യം ഒരു തെരുവുപട്ടിയോടെന്നപോലെ അയാൾ എന്നോട് 'പൊക്കൊ പൊക്കോ' എന്നു പറഞ്ഞു.

ഒടുവിൽ എന്റെ ശല്യം സഹിക്കാതെ അയാൾ അരികെയെത്തീട്ട് എന്തു വേണമെന്നു ചോദിച്ചു. എനിക്ക് അകത്തു വരണമെന്നാവശ്യപ്പെട്ടപ്പോൾ ആ രാത്രിയിലെ എല്ലാ ബഡ്ഡും ഫുള്ളായെന്നു പറഞ്ഞിട്ട് അയാൾ അകത്തേക്കു പോയി.

വീണ്ടും വീണ്ടും ആവശ്യവുമായി നില്ക്കുന്നെന്നു കണ്ടപ്പോൾ

അഞ്ചാറ് കാവൽക്കാർ വന്ന് എന്നെ ഭീഷണിപ്പെടുത്തി. രംഗം വഷളാകുമെന്നു കണ്ട് ജേക്കബ് ബൈക്കുമായി എന്റെ രക്ഷക്കെത്തി. ആ സ്ഥലം മോശമാണെന്നും എത്രയും വേഗം വീട്ടിൽ തിരിച്ചു പോകണമെന്നും അവൻ നിർബ്ബന്ധിച്ചു.

ആ പോയത് എന്റെ മോളല്ലെന്ന് പറഞ്ഞു പറഞ്ഞ് അവൻ എന്നെ സമാധാനിപ്പിച്ചു.

കുഞ്ഞായിക്കാ. എന്റെ വേദന നിനക്കു മനസ്സിലായില്ലേ. ഇതൊക്കെ ധൈര്യമായി നിന്നോടേ പറയാനുള്ളു. ഈ വീട്ടിലെ മറ്റുള്ളവർ എങ്ങനെ പ്രതികരിക്കുമെന്നു നിനക്കൂഹിക്കാമല്ലോ. എല്ലാം എന്റെ ദുർവ്വിചാരങ്ങളെന്ന് അവരെഴുതിത്തള്ളും. അവർ ചിലപ്പോൾ ദേഷ്യപ്പെടും. കടുമാങ്ങാഅച്ചാറു കൂട്ടിക്കൂട്ടി അച്ഛന് ബ്ലഡ്പ്രഷർ കൂടിയതാണെന്ന് മോൻ പറയും. അതു കേട്ടാലുടനെ ആശുപത്രീൽ ചീട്ടെഴുതിക്കാൻ ഭാര്യയും മൃത്യുഞ്ജയത്തിനു വഴിപാടു നേരാൻ അമ്മയും തയ്യാറാകും. അതൊന്നും ബാധിക്കാതെ പഴേ വിപ്ലവകാരിയായ അച്ഛനിരുന്നു കളിയാക്കിച്ചിരിക്കും. അതുകൊണ്ടാണ് റയിൽവേസ്റ്റേഷനീന്നു തിരിച്ചുവന്നയുടൻ ആരോടും ഒന്നും പറയാതെ ഇവിടെക്കേറി കതകിനു കുറ്റീമിട്ടു കിടന്നത്. ഒരു വീട്ടിനുള്ളിൽ എല്ലാരും മിണ്ടാട്ടംമുട്ടി ജീവിക്കേണ്ടി വരുന്ന അവസ്ഥ നിങ്ങൾ പൂച്ചകൾക്കൊന്നും ചിന്തിക്കാനേ കഴിയില്ല. എത്ര ഭയാനകമാണത്. ആർക്കും ആരേയും വിശ്വാസമില്ല. വീടിനുള്ളിൽ എപ്പോഴും അസഹ്യമായ ഏകാന്തതയും ഭയാനകമായ നിശ്ശബ്ദതയുമായിരിക്കും. അടുത്ത കാലത്തായി വീടൊരു മഹാരാജ്യമായിപ്പോയതുപോലെ എന്നെ ഭയപ്പെടുത്തുന്നു.

നിനക്കു ദേഷ്യമായോ. എഴുന്നേറ്റുനിന്ന് ഇല്ലാത്ത സട കുടഞ്ഞ് കൈവിരലുകളിലെ രോമക്കാട്ടിലൊളിപ്പിച്ചിരുന്ന നഖങ്ങൾ നീട്ടിക്കാണിച്ച് നീയെന്നെ പേടിപ്പിക്കുന്നതെന്തിന്. പൂച്ചകളെപ്പറ്റി മോശമാക്കി ഞാനെന്തെങ്കിലും പറഞ്ഞോ. പശുവിനെപ്പോലെ പൂച്ചയും പട്ടിയുമൊക്കെ മനുഷ്യന് വിശ്വസിക്കാൻ പറ്റുന്ന ജീവികളാണെന്നുതന്നെയാണ് കുഞ്ഞായിക്കാ ഞാൻ വിശ്വസിക്കുന്നത്. എന്നാൽ നിങ്ങൾ ഞങ്ങളെ ഒരിക്കലും വിശ്വസിക്കരുത്. പൂച്ചക്കണ്ണാ നീ ചിരിക്കുന്നോ. സത്യം പറയട്ടെ. ഈ മുറീക്കേറി കതകടച്ചപ്പോൾ നീയെന്റെ പുസ്തകങ്ങൾക്കിടയിലുണ്ടാകുമെന്ന് ഞാൻ ഒട്ടും പ്രതീക്ഷിച്ചതല്ല. സ്വപ്നങ്ങളെല്ലാം തകർന്നൊരച്ഛനായി ആത്മഹത്യക്കു തീരുമാനിച്ചതാണ്. എന്നെ കേൾക്കാൻ സന്മനസ്സു കാണിച്ചതിലൂടെ നീയെന്റെ ജീവിതത്തിന് ഈ മണിക്കൂറുകളുടെ

ദൈർഘ്യം തന്നു. നിനക്കറിയാമോ. ആ അജ്ഞാതകേന്ദ്രത്തിൽ പിന്നീടെന്തു സംഭവിച്ചുകാണും. തെറ്റുകളുടെ ആ ഇരുണ്ടവീട്ടിലേക്ക് എന്തിനാണവൾ കയറിപ്പോയത്. നിനക്കറിയാം എന്നിട്ടും നീ പറയുന്നില്ല. ഒന്നുമില്ലെങ്കിലും നീ വായനയും ചിന്തയുമുപേക്ഷിച്ച മനുഷ്യരെപ്പോലെയല്ലല്ലോ. എന്റെ പുസ്തകങ്ങൾക്കിടയിൽ കിടക്കുന്നവനല്ലേ. ഒന്നു മിണ്ടിയിരിക്കെടാ. എനിക്കു സഹിക്കാൻ വയ്യാടാ.

പോടാ. വെറുതേയല്ല നീയൊരു പൂച്ചയായി പിറന്നത്. ഞാനൊന്നു പറഞ്ഞേക്കാം. നീ കൂടി എന്നെ വിശ്വസിക്കുന്നില്ലെങ്കിൽ ഇപ്പോപ്പറയണം. എന്റെ മുറീൽ കേറാനും മേശപ്പുറത്തു കയറിക്കിടക്കാനുള്ള നിന്റെ അവകാശം ഇതോടെ റദ്ദാക്കുന്നു. വെക്കം വെളീപ്പോ.

അപ്പോൾ നിനക്കു മനസ്സിലായി. അങ്ങനെ മര്യാദക്ക് താഴെയിറങ്ങിപ്പോ. കതകിലെ മുട്ടിവിളിക്കാർ ക്ഷീണിച്ചെന്നു തോന്നുന്നു. ഒരുത്തരടേം ആവീം അനക്കോം കേൾക്കുന്നില്ലല്ലോ. ദാ. ഓടാമ്പൽ നീക്കി ഞാൻ വാതിൽ പതിയെ തുറക്കുന്നേ. പൊക്കോണം.

****

പൂച്ചയെ വെളിയിലാക്കാനായി ഓടാമ്പൽ നീക്കിയ കതകു തള്ളിത്തുറന്ന് ആ വീട്ടിലുള്ളവരെല്ലാം കൂടി മുറിയിലേക്ക് കയറി.

'എന്താ പറ്റിയേ. എന്തിനാ കതവടച്ചു കെടന്നേ?'

എല്ലാവരേയും ശ്വാസംമുട്ടിച്ചോണ്ടിരുന്ന ചോദ്യം അയാളെ ബാധിച്ചില്ല. അയാളൊന്നും പറഞ്ഞില്ല.

'നിങ്ങളെ മോളെത്ര തവണ ഫോണിൽ വിളിച്ചെന്നോ. ഫോൺ പോലുമെടുക്കാതെ ഈ മുറീക്കേറി എന്തു ചെയ്യുവാരുന്നു.'

ഭാര്യ നീട്ടിയ ഫോണിൽ അയാൾ കണ്ടു. മകൾ പിണക്കത്തിലാണ്.

'രാവിലെ എത്തിയിട്ട് ഞാനെത്ര തവണ അച്ഛനെ വിളിച്ചു?'

'നീയിപ്പോ എവിടാ? '

'കണ്ടില്ലേ. എന്റെ പുറകിൽ കോളേജ്. ഇന്നു യോഗാദിനാ. ഞാമ്പോട്ടെ. പിന്നെ വിളിക്കാം. സീയൂ അച്ഛാ.'

വെള്ളേം വെള്ളേം ധരിച്ച് കോളേജിനു മുമ്പിൽ വരിയിട്ടിരുന്നു പ്രാണായാമം ചെയ്യുന്നവരുടെ ഹ്രസ്വചിത്രം കാണിച്ചിട്ട് ഫോൺ കണ്ണടച്ചു. അയാളുടെ അച്ഛൻ അതുവരെ അടക്കിനിർത്തിയിരുന്ന

ദേഷ്യത്തോടെ ചോദിച്ചു.

'നീയിപ്പോപ്പറയണം. എന്താ നെനക്കു പറ്റിയേ?'

എന്തെങ്കിലും കള്ളം പറയാൻ ആലോചിച്ചു കിട്ടാതെ വിഷമിച്ച അയാളെ കുഞ്ഞായിക്കൻ നട്ടെല്ലു വളച്ച് മാർജ്ജാരാസനം പോസിൽ നിന്നുകൊണ്ടു നോക്കി. അങ്ങനെ അയാൾ അച്ഛൻ വിശ്വസിക്കുമെന്നുറപ്പായ കള്ളം പറഞ്ഞു.

'കൃത്യവും ശാസ്ത്രീയവുമായി യോഗ ചെയ്യുകയായിരുന്നച്ഛാ.'

ആ സംഭാഷണത്തിലിടപെടാതെ കുഞ്ഞായിക്കൻ ഒരു സാങ്കല്പികചുണ്ടെലിയുടെ പുറകെ എങ്ങോട്ടോ പാഞ്ഞുപോയി.

○○

7
പൊള്ളൽമഴ

വണ്ടി നില്ക്കുന്നതിനു മുമ്പു തന്നെ ഞാൻ സീറ്റിൽ നിന്നെഴുന്നേറ്റ് വാതില്ക്കലെത്തിയിരുന്നു. സ്വീകരിക്കാനെത്തിയപോലെ മഴയൊച്ച വാതില്ക്കൽ സല്യൂട്ടടിച്ചു നിന്നു. നഗരമാലിന്യത്തിലേക്ക് തുറന്ന വണ്ടി എന്നോടു കല്പിച്ചു.

'ഇവ്ടെറങ്ങിക്കോ. ഭൂപണേബാങ്കായി.'

പച്ചേം മഞ്ഞേം നിറമടിച്ച് ഉത്സാഹത്തോടെ എന്നെ കാത്തു നില്ക്കുകയായിരുന്നു ആ ബാങ്കുമന്ദിരം. ഐശ്വര്യത്തിന്റെയും സമ്പദ്സമൃദ്ധിയുടെയും പടങ്ങളൊട്ടിച്ചൊരു പച്ചപ്പിലേക്ക് വേഗം പടികയറി. ഇടപാടുകാരെ ആകർഷിക്കാനായി എന്തെല്ലാം സൗകര്യങ്ങളാണ് ഒരുക്കിവച്ചിരുന്നതെന്നു കണ്ട് ഞാനതിശയിച്ചു. സാധാരണക്കാരായ ഇടപാടുകാരാവും അത്തരം പുതുമകളിൽ വീണുപോകുന്നത്. വലിയ പണക്കാരനല്ലെങ്കിലും ഞാൻ വലിയ വിവേകിയാണല്ലോ. ഭൂപണയ ബാങ്കുകാർ ഒരുക്കി വച്ച വശ്യസൗന്ദര്യത്തിലൊന്നും വീണുപോകാതിരിക്കാൻ ഞാൻ മസിലുപിടിച്ചു നടന്നു. വലിയൊരു തുകയല്ലേ ലോണെടുക്കുന്നത്. പിന്നെന്തിനു നാണിക്കണം.

ലോൺ കിട്ടുമോ ഇല്ലയോ എന്ന ചിന്ത മാത്രമായിരുന്നു എന്റെയുള്ളിൽ. ആലോചിച്ചാലോചിച്ചു നടന്ന് എല്ലാ ചവിട്ടുപടികളും പോക്കിടവും തീർന്ന് ഞാൻ ബാങ്കിന്റെ മട്ടുപ്പാവിലെ ശൂന്യസ്ഥലത്തെത്തി. അവിടെ ഷീറ്റടിച്ചു മറച്ച ഒരു ഷെഡ്ഡിൽ പഴയകാല മുദ്രാവാക്യങ്ങളെഴുതിയ ധാരാളം ഫ്ളക്സ് ബോർഡുകൾ അലക്ഷ്യമായി കൂട്ടിയിട്ടിരുന്നു. ഒരുകാലത്ത് ജനങ്ങളുടെ ചിന്തകളെ വല്ലാതെ തീപ്പിടിപ്പിച്ചിരുന്ന മുദ്രാവാക്യങ്ങളുടെ ശവപ്പറമ്പായിരുന്നു അവിടം. ഇതുപോലെ ആവശ്യമില്ലാതെ പലയിടങ്ങളിലും ഞാൻ അറി

യാതെ കടന്നുചെന്നിട്ടുണ്ട്. എന്തുചെയ്യാം. കയറിക്കഴിഞ്ഞായിരിക്കും പലപ്പോഴും അത് തെറ്റായ സ്ഥലമാണെന്നു മനസ്സിലാക്കുന്നത്. തന്നത്താനേ ചിരിച്ചോണ്ട് ഞാൻ താഴേക്കിറങ്ങിപ്പോന്നു.

ബാങ്കുകൌണ്ടറിലെ മനോഹരിയോട് ഞാനെന്റെ വീർപ്പുമുട്ടൽ വെളിപ്പെടുത്തി.

'ഇന്നലെ ഞാൻ ഫോണിൽ വിളിച്ചിരുന്നു. ഭവനവായ്പ തരാമെന്നു പറഞ്ഞേന് വന്നതാ മാഡം.'

മനോഹരാംഗി ആളൊഴിഞ്ഞൊരിടത്തേക്ക് വിരൽ ചൂണ്ടി.

'അവടെപ്പോയിരി. സാറിപ്പം വരും.'

കാറ്റും വെളിച്ചവും നിഷിദ്ധമായൊരിടമായിരുന്നു ആ ചില്ലുമുറി. പുറത്തു പെയ്തൊഴുകുന്ന മഴയുടെ സമൃദ്ധിയോ ആരവമോ തണുപ്പോ ഒന്നും ബാധിക്കാതെ ഒറ്റപ്പെട്ട് അതിനുള്ളിൽ ഏറെനേരം കാത്തിരുന്നു. നേരബോധമില്ലാതങ്ങനെ ഞാനിരുന്നുറങ്ങി. പെട്ടെന്നൊരു വെള്ളിവെളിച്ചത്തിന്റെ പരിഹാസച്ചിരി എന്നെ തൊട്ടുണർത്തി. കവിളിലൂടൊഴുകിയ ഈളുവാ തുടച്ചുകൊണ്ട് ഞാനെഴുന്നേറ്റു നിന്നു. അന്തിച്ചുപോയ എന്നോട് മാനേജർ ഇരിക്കാൻ പറഞ്ഞു. ഞാനെങ്ങനെ ഇരിക്കും? എന്റടുത്തിരുന്നൊരു പോലീസിൻസ്പെക്ടറും മാനേജറും കൂടി ഏതോ ഒരുവന്റെ വീട്ടിൽ ജപ്തിക്കു പോയ കഥ പറഞ്ഞു ചിരിക്കുകയായിരുന്നു. ഇൻസ്പെക്ടർ വെളിയിൽ പോകുന്നതു വരെ എന്റെ മനസ്സ് കനത്തുകിടന്നു.

'ഒരു വീട്ടുലോണിന്റെ കാര്യത്തിന് ഇന്നലെ ഞാൻ ഫോണിൽ വിളിച്ചിരുന്നു, സാറേ.'

'ഓക്കേയ്. എത്ര ഭൂമിയുണ്ട്.'

'അമ്പത്, സാറേ.'

'അതിൽ വീടില്ലേ.'

പ്രതീക്ഷിക്കാത്ത ആ ചോദ്യം എന്റെ ആഗ്രഹത്തിനു മീതെ നിഴൽ വീഴ്ത്തി. ഭാവം മറയ്ക്കാനായി ഞാൻ പാടുപെട്ടു.

'ഒണ്ട്. കൊച്ചൊരു വീടാ. രണ്ടു കെടപ്പുമുറീം ഒരു തിണ്ണേം ഒരു ഹാളും അടുക്കളേം. ഓടിട്ടതാ സാറേ.'

കൃഷി ചെയ്യാൻ ഭൂമീം താമസിക്കാനൊരു വീടുമുള്ള ഞാൻ കടമെടുത്തു വീട് പണിയുന്നത് ബുദ്ധിയല്ലെന്ന് ആ സാറുപദേശിച്ചു. അയാൾക്കതു പറയാം. മണിമാളികയിലായിരിക്കും പുള്ളിയേടെ വാസം. ചുറ്റുമുള്ള വല്യവീടുകൾക്കിടയിൽ ഒരു പഴേ വീട്ടിൽ കഴിയുന്നവന്റെ വേദന മനസ്സിലാക്കാൻ പറ്റാഞ്ഞിട്ടാ.

'വേറൊന്നും തോന്നരുത്. ലോൺ തരുന്നതാ ബാങ്കിനു നല്ലത്.

എന്നാലും വലിയ വീടൊന്നുമല്ല മാഷേ കാര്യം. തല്ക്കാലം കുട്ടികളെ പഠിപ്പിച്ചു രക്ഷപ്പെടുത്താൻ നോക്ക്.'

ഭാര്യേടെ ഉപദേശം കേട്ടുകേട്ട് മനസ്സുമടുത്തു വന്നവനോട് അതേ വാക്കുകൾ തന്നെ തള്ളിമറിച്ചിടുന്ന അയാളെന്റെ രണ്ടാം ഭാര്യയൊന്നുമല്ലല്ലോ.

'രാവിലെ പോലീസുകാരേം കൂട്ടി ഒരുത്തന്റെ വീടു ജപ്തിചെയ്തിട്ടു വരുന്ന വരവാ. കടമെടുക്കാനുള്ള ആവേശമൊന്നും ഒരാളും തിരിച്ചടവിനു കാണിക്കില്ല മാഷേ.'

തൊണ്ടയിലുറഞ്ഞുപോയ കഫത്തിന്റെ അസ്കിതയുണ്ടായിട്ടും ഞാൻ ശ്രമം തുടർന്നു.

'ഞാനങ്ങനല്ല സാറേ. ആരോടു വേണോങ്കിലും തെരക്കിയാട്ടെ. എന്റെ കാര്യം റെഡിയാ.'

അയാൾ ഒരുവശത്തെ അലമാര തുറന്ന് ലോണപേക്ഷക്കുള്ള കടലാസുകളെടുത്തു നീട്ടി. അയാളെ തോല്പിച്ചതിന്റെ സന്തോഷം കാണിക്കാതെ ഞാൻ നന്ദിയും പറഞ്ഞ് പോന്നു. ചുറ്റുമുള്ള വമ്പൻ മന്ദിരങ്ങളേക്കാൾ ഒട്ടും മോശമല്ലാത്തൊരു കെട്ടിടത്തിന്റെ അടിത്തറ അപ്പോൾത്തന്നെ മനസ്സിൽ ഉയരാൻ തുടങ്ങിയിരുന്നു. പച്ചേം മഞ്ഞേം ബോർഡുകൾ പിടിപ്പിച്ച കൈവരികളിൽ തലോടിക്കൊണ്ട് ഞാൻ പെയ്തുതീരാത്ത മഴയെ ലക്ഷ്യമാക്കി പടികളിറങ്ങി. കുടയില്ലാത്ത ഞാൻ റോഡിൽ പതയുന്ന ചെളിവെള്ളത്തിലൂടെ മഴേത്ത് എങ്ങനെ ബസ്സ്റ്റാന്റ് വരെ എത്തുമെന്നായിരുന്നു എന്റെ ചിന്ത. ലോണിനുള്ള കടലാസുകൾ നനയാതിരിക്കാനായി എളിയിൽ തിരുകിവച്ചിരുന്നു.

റോഡിലേക്കുള്ള പടികളിറങ്ങുമ്പോൾ ഒരുവൻ മുകളിലേക്ക് കയറിവന്നു. അപ്പോഴും വെള്ളം ഇറ്റിറ്റുവീഴുന്നൊരു കുട നിവർത്തിപ്പിടിച്ചോണ്ടായിരുന്നു അയാളുടെ വരവ്. അയാൾ എന്റെ സാന്നിദ്ധ്യം ശ്രദ്ധിക്കുന്നില്ലെന്നു തോന്നി. ഇടുങ്ങിയ പടികളായിരുന്നതിനാൽ കുടക്കമ്പികളുടെ അറ്റത്തുനിന്നും എന്റെ തോളിലേക്ക് വെള്ളം വീണു. എനിക്ക് ദേഷ്യം വരുന്നുണ്ടായിരുന്നു. അയാളുടെ കുടവെള്ളം എന്റെ എളിക്കുത്തിലെ കടലാസുകളെ നനച്ചുകളയുമെന്നു ഞാൻ പേടിച്ചു.

'കണ്ണുകണ്ടൂടായോ. എന്റെ മേത്തൊക്കെ വെള്ളമായി. നനഞ്ഞ കൊടേം പിടിച്ചോണ്ടു വരുന്നൊരു വരവേ. ആനയാന്നാ ഓരോരുത്തരടെ വിചാരം. ഛേ. അയ്യേ.'

സാധാരണയായി ഞാനാരോടും ദേഷ്യപ്പെടാറില്ല. എന്നിട്ടും

വല്ലാത്ത ദേഷ്യം തോന്നി. എനിക്കപ്പോൾ ദേഷ്യപ്പെടാമല്ലോ. ബാങ്കിൽ നിന്നും അമ്പതുലക്ഷമെടുത്ത് ഉടനെതന്നെ ഞാൻ വല്യൊരു വാർക്കവീടു വയ്ക്കുമല്ലോ. എന്റെ ദേഷ്യം കണ്ടിട്ടും 'സോറിയെടാ' എന്നു പറഞ്ഞു ചിരിച്ചോണ്ട് അയാൾ ബാങ്കുകെട്ടിടത്തിന്റെ മുകളിലേക്ക് ഓടിക്കേറി.

'ഇളിക്കല്ലേ, അധികം.'

അവന് രണ്ടു വീക്കുവച്ചു കൊടുക്കണമെന്ന് തോന്നീട്ട് ഞാനും പുറകേ കയറി. ഒരൂളച്ചിരീം ചിരിച്ച് എന്നെ കളിയാക്കീട്ട് അവനങ്ങനെ മിടുക്കനാകണ്ടാ. കള്ളനും പോലീസും കളിയിലെ പോലീസുകാരനെപ്പോലെ ഞാൻ പമ്മിപ്പമ്മി പടികൾ കയറി. ഏതോ ഭയങ്കര മുദ്രാവാക്യം പൊതിഞ്ഞൊരു നീളൻ തുണിയിൽ കുടയൊളിപ്പിച്ച് അതിനുകീഴെ ശ്വാസം വിടാതെ പമ്മിയിരുന്ന അയാളുടെ ഉടുപ്പിൽ പിടിച്ച് ഞാൻ പൊക്കി. എനിക്കത്രേം ധൈര്യം എവിടുന്നു വന്നെന്ന് ഇപ്പോഴും പിടികിട്ടുന്നില്ല. മുദ്രാവാക്യങ്ങളുടെ പൊടിയിൽ നിന്നും ഉയർന്നുവന്നവനെ കണ്ട് ഞാൻ വിളിച്ചുപോയി.

'എടാ വിശ്വാ. നീ.'

'അതേടാ. നിന്നെയൊന്നു പറ്റിക്കാൻ നോക്കിയതാ. അയ്യോ.. അയ്യയ്യോ.'

ഏറെക്കാലത്തിനു ശേഷം വിശ്വനെ കണ്ടപ്പോൾ വല്ലാത്ത അമ്പരപ്പുണ്ടായി. കഴിഞ്ഞ വർഷം മലനടയിലെ ഉത്സവത്തിന്റന്നു രാത്രിയിൽ ചുക്കുകാപ്പിക്കച്ചോടം നടത്തിക്കൊണ്ടിരുന്ന ഒരു പരിചയക്കാരനാണ് വിശ്വൻ മരിച്ചുപോയെന്ന് എന്നോടു പറഞ്ഞത്. അന്നതു കേട്ടപ്പോൾ അയ്യോ പാവം തോന്നിയെങ്കിലും പിന്നീട് അവനെക്കുറിച്ച് ഓർത്തിട്ടേയില്ല. കണ്ടോ. ആരേം വിശ്വസിക്കാനാവാത്ത കാലമാണിത്. അന്നു ചുക്കുകാപ്പിക്കാരൻ പറഞ്ഞുകൊന്ന വിശ്വനെയാണ് ഭൂപണയബാങ്കിന്റെ മുകളിൽ ഞാൻ പച്ചജീവനോടെ മഴനനഞ്ഞ കുടയുമായി കണ്ടത്.

വിശ്വനോടൊപ്പം ഞാനും നടക്കുന്നു എന്നതു തന്നെ അവൻ മരിച്ചിട്ടില്ലെന്നതിനു തെളിവായിരുന്നു. ചാഞ്ഞുപെയ്യുന്ന മഴയിൽ, ഒരേ കുടക്കീഴിൽ, ചപ്പുചവറുകളും ചെളിവെള്ളവും തട്ടിത്തട്ടിയുള്ള യാത്രയിലുടനീളം അവൻ കഥകൾ പറഞ്ഞുകൊണ്ടിരുന്നു.

'ബാടാ, എന്റെ വീട്ടീന്നു ഭക്ഷണം കഴിച്ചേ ഇന്നു നിന്നെ ഞാൻ വിടൂ. എന്റെ ഭാര്യക്കും പിള്ളാർക്കും നിന്നെ അറിയാം. നമ്മടെയാ പഴേ കാലമോർമ്മയില്ലേ. വീട്ടിൽ ഞാൻ നിന്നെക്കുറിച്ചു പറയാത്ത ദിവസങ്ങളില്ല.'

വഴിയരികിൽ ഇരുവശങ്ങളിലുമായി കാണായ കച്ചവടപ്പീടികക ളുടെ നീണ്ട നിര അവസാനിച്ചിടത്തുനിന്നും ഞങ്ങൾ കുറേ മുമ്പോട്ടു നടന്നു. ചിലമ്പനൊച്ച കൂട്ടിയ ശേഷം മഴ പെട്ടെന്നു തോർന്നു. കുറച്ചകലെയായി മരങ്ങൾക്കിടയിൽ നീലപ്ലാസ്റ്റിക് ഷീറ്റ് വലിച്ചുകെട്ടിയുണ്ടാക്കിയ ഒരു തട്ടുകടയിലെ ചിരീം വർത്തമാനം പറച്ചിലും ഞാൻ ശ്രദ്ധിച്ചു. അവിടുത്തെ കണ്ണാടിപ്പെട്ടിക്കുള്ളിലെ പരിപ്പുവടക്കൂന കണ്ടപ്പോൾ എനിക്കൊരു കട്ടൻചായ കുടിക്കാനുള്ള മോഹമുണ്ടായി.

'അയ്യോ. വൃത്തികേട്. അങ്ങോട്ടു നോക്കുക പോലും വേണ്ടാ. വെശന്നുചത്താലും അവിടൊക്കെ കേറി ഒന്നും കഴിക്കല്ലേ. ദാ. ഒരു വളവു കഴിഞ്ഞാപ്പിന്നെ എന്റെ വീടായല്ലോ.'

മുമ്പോട്ടു നടക്കുന്നതിനിടയിൽ ഞാൻ തിരിഞ്ഞു നോക്കി. തട്ടുകടക്കാരനും വർത്തമാനക്കാരും ഞങ്ങളെത്തന്നെ നോക്കി പല ഭാവങ്ങളോടെ നില്ക്കുന്നതു കണ്ടു. ഞങ്ങളെ കണ്ട് അവരുടെ ചിരീം പറച്ചിലുമെല്ലാം പെട്ടെന്നു കെട്ടുപോയതുപോലെ തോന്നി. അടുത്ത വളവെത്തുന്നതുവരെ അവർ ഞങ്ങളെ നോക്കുന്നുണ്ടോ എന്നറിയാനായി ഞാൻ പലവട്ടം തിരിഞ്ഞുനോക്കി അതുതപ്പെട്ടുകൊണ്ടിരുന്നു. മനുഷ്യരെ കണ്ടിട്ടില്ലാത്തപോലെ നോക്കുന്ന ആ മനുഷ്യർ എന്തുതരം മനുഷ്യരാണെന്ന എന്റെ ചോദ്യത്തിന് വിശ്വം മറുപടിയെന്നോണം പറഞ്ഞത് 'വീടെത്തിയെടാ' എന്നാണ്.

തുരുമ്പുപിടിച്ചു തകർന്നു കിടന്ന വലിയൊരിരുമ്പുഗേറ്റ് കടന്ന് മുട്ടറ്റം വളർന്ന കാട്ടുചെടികളുടെ ഒരു സമുദ്രത്തിലേക്ക് ഞങ്ങൾ പ്രവേശിച്ചു. ചുഴലിക്കാറ്റിൽപ്പെട്ടു തകർന്ന പായ്ക്കപ്പൽ പോലൊരു വലിയ വീട്. പ്രതാപത്തിന്റെ എല്ലാ ആടയാഭരണങ്ങളും പൊഴിച്ചുകളഞ്ഞ് കാട്ടുവള്ളികൾ വാരിച്ചുറ്റിയൊരു പ്രേതഭവനം. എന്റെ ആശങ്ക വിശ്വനു മനസ്സിലായി.

'സംശയം വേണ്ടാ. ഞങ്ങൾ പ്രകൃതിയോടിണങ്ങി ജീവിക്കുകയാണ്. കൊറച്ചു പണികൂടെ ബാക്കിയൊണ്ട്. അതിനുവേണ്ടിയാ ഞാനിന്നു ബാങ്കിൽ വന്നത്. എന്തായാലും നിന്നെ കണ്ടപ്പോൾ ഞാനതു മറന്നു. കേറിവാ.'

കാട്ടുവള്ളികൾ വകഞ്ഞുമാറ്റിയുണ്ടാക്കിയ വഴിയിലൂടെ വിശ്വനും പുറകെ ഞാനും വീടിന്റെ വിശാലമായ കാർപ്പോർച്ചെന്നു തോന്നിക്കുന്ന ഭാഗത്തെത്തി. ഇലപ്പടർപ്പുകൾ അപ്പോഴും മഴ നിർത്തിയിരുന്നില്ല. കുളത്തിൽ മുങ്ങിനേണവരെപ്പോലെയായിരുന്നു

ഞങ്ങൾ.

'എവ്ടാരുന്നു ഇതുവരെ തെണ്ടിത്തിരിഞ്ഞു നടന്നത്.'

കാർപ്പോർച്ചിന്റെ ഒരു കോണിൽ കിടന്നിരുന്ന സ്ത്രീ ചാടിയെണീറ്റ് വിശ്വനോടലറി. അവരുടെ കരഞ്ഞു കലങ്ങിയ കണ്ണുകളിൽ ദേഷ്യത്തേക്കാളധികമായി സങ്കടമാണുണ്ടായിരുന്നത്. മറ്റൊരിടത്ത് ഒരു മുഷിഞ്ഞ തുണിത്തുണ്ടത്തിൽ മൂന്നു കുഞ്ഞുങ്ങൾ ഉറങ്ങുന്നുണ്ടായിരുന്നു.

'ഈ കുഞ്ഞുങ്ങടെ വിശപ്പു മാറ്റാൻ നിങ്ങളെന്തേലും കൊണ്ടുവന്നിട്ടുണ്ടോ ദുഷ്ടാ.'

അവർ കുട്ടികളെ വിളിച്ചുണർത്തി.

കുട്ടികളുണർന്നു നിലവിളിച്ചു.

'എല്ലാം ശരിയാകും പെണ്ണേ. ബാങ്കിൽ പോയിട്ടാ ഞാൻ വരുന്നത്. സത്യമാണോന്ന് ഇവനോടു ചോദിച്ചു നോക്കിയാട്ടെ. ഇതെന്റെ കൂട്ടുകാരനാ.'

ആ സ്ത്രീ അതു ശ്രദ്ധിക്കാതെ ഓരോന്നു പുലമ്പിക്കൊണ്ടിരുന്നു.

'ഞാനിതാ വരുന്നേ.'

കുട മടക്കി താഴെ വച്ചിട്ട് വിശ്വൻ തൂങ്ങിയാടുന്ന ചെടിപ്പടർപ്പുകളെ വകഞ്ഞുമാറ്റി വീടിന്റെ പിന്നിലേക്കു പോയി. സ്ത്രീ മക്കളെ സാന്ത്വനിപ്പിച്ചു കൊണ്ട് എന്നോട് കഷ്ടപ്പാടുകൾ പറഞ്ഞു.

'പാവം വിശ്വേട്ടൻ ഒറ്റയ്ക്കു കഷ്ടപ്പെട്ടാ ഈ വീടു വച്ചതും ഞങ്ങടെ കാര്യങ്ങളൊക്കെ നോക്കുന്നതും.'

ആ വീടിന്റെയും അതിലെ പാർപ്പുകാരുടെയും അവസ്ഥ കണ്ടപ്പോൾ ആ സ്ത്രീ പറയുന്നത് സത്യമല്ലെന്ന് തോന്നി. എന്നിട്ടും ഞാൻ തലകുലുക്കി സമ്മതിച്ചു. ഒന്നുമല്ലെങ്കിലും വിശ്വൻ എന്റെ പഴയ കൂട്ടല്ലേ.

നേരമേറെ കഴിഞ്ഞിട്ടും വീടിന്റെ പുറകിലേക്കു പോയ വിശ്വൻ തിരിച്ചെത്തിയില്ല. സ്ത്രീയുടെ ദു:ഖഭാവം മാറിത്തുടങ്ങി. അവർ കുട്ടികളോട് കൊഞ്ചിപ്പറയുന്നതും അവരെ ഓമനിക്കുന്നതും കണ്ടു. കുട്ടികൾ വിശപ്പു മറന്ന് ഇലപ്പടർപ്പുകളിലെ നനവിൽ ഓടിക്കളിക്കാൻ തുടങ്ങി.

'നിങ്ങളൊന്നും കഴിച്ചില്ലെന്നല്ലേ പറഞ്ഞേ?'

ഞാൻ വെറുതെ ചോദിച്ചപ്പോൾ കേട്ട മറുപടി എന്റെ കാതുകളിൽ ഇപ്പോഴും മുഴങ്ങുന്നു.

'ഈ പച്ചക്കാട്ടിലെ വായുവിൽ നിറയെ ഔഷധച്ചെടികളാ സാ

റേ. അതുമ്മേലടിക്കുന്ന കാറ്റു തിന്നാൽ എല്ലാ പ്രശ്നോം തീരും. സാറിനു വേണോ?'

അവർക്കെന്തോ തകരാറുണ്ടെന്ന് മനസ്സിലായി. വിശന്നു ലക്കു കെട്ടതായിരിക്കുമെന്ന് ഞാൻ കരുതി. ഞാൻ വിഷയം മാറ്റി.

'ഒയ്യോ. എനിക്കു പോണം. നമ്മടെ വിശ്വനെവിടെ?'

അവർ ഉറക്കെ ചിരിച്ചു.

'എടാ പിള്ളേരേ, നിങ്ങടച്ഛനെവിടെ?'

കാട്ടുപൊന്തകൾക്കിടയിലെ കുട്ടികൾ മിണ്ടിയില്ല.

'സാറൊന്നു പോയി നോക്കിയാട്ടെ. അയ്യാള് വീടിന്റെ പുറകിൽ കാണും.'

എനിക്കങ്ങനെ നിന്നാൽ പോരല്ലോ. ആവശ്യക്കാരൻ ഞാനല്ലേ. ഞാൻ കാട്ടുവള്ളികൾ തള്ളിമാറ്റിയിട്ട് വീടിന്റെ പുറകിൽ ഇടിഞ്ഞു കിടന്ന കൽക്കെട്ടുകളിലൂടെ വിശ്വനെ വിളിച്ചുകൊണ്ടു നടന്നു. എവിടെ വിശ്വൻ. കണ്ടില്ല. വിശ്വം മുഴുവനും കേൾക്കാവുന്നത്ര ഉച്ചത്തിലായിപ്പോയി എന്റെ വിളികൾ. എനിക്കു ഭയമായി. ഒരു പ്രദക്ഷിണം കഴിഞ്ഞ് വീടിന്റെ മുമ്പിലെ കാട്ടുവള്ളിക്കൂടാരത്തിലേക്ക് ഞാൻ ചെന്നു.

'അവിടെങ്ങും വിശ്വനെ കണ്ടില്ലല്ലോ.'

എന്റെ ശബ്ദം കേൾക്കാനവിടെ ഞാൻ മാത്രമേ ഉണ്ടായിരുന്നുള്ളൂ. ചുറ്റും കാണായ നനഞ്ഞ പച്ചപ്പടർപ്പിലേക്ക് ഞാൻ വിളിച്ചു.

'ഹലോ. ഇവിടുള്ളോരൊക്കെ എവിടാ.'

എന്റെ മാറ്റൊലി മാത്രമേ ഞാൻ കേട്ടുള്ളൂ. നടന്നതൊക്കെ സത്യമാണെന്ന് ഓർമ്മിപ്പിച്ചുകൊണ്ട് വിശ്വൻ മടക്കിവച്ച കുട അപ്പോഴും തറയിൽ കിടപ്പുണ്ടായിരുന്നു. കാർപ്പോർച്ചിലെ പച്ചവള്ളികളിൽ മഴ കനത്തു. എനിക്കു പോകണമല്ലോന്നായി ചിന്ത. ഭയപ്പാടോടെയെങ്കിലും ഞാൻ വിശ്വന്റെ കുടയെടുത്തു. കാർപ്പോർച്ചിനോടു ചേർന്ന വാതിലിൽ ഒട്ടിച്ചിരുന്ന പഴയ കടലാസ് എന്റെ ശ്രദ്ധയിൽപ്പെട്ടു. അത് രണ്ടു വർഷം മുമ്പുള്ള ഒരു ജപ്തി നോട്ടീസായിരുന്നു. വാതിൽമണി കാറ്റിലാടി ശബ്ദിച്ചു. മഴ എന്നെ പുറത്തേക്കു വിളിച്ചിറക്കി. ഞാൻ കുട നിവർത്തി മഴയിലേക്കിറങ്ങി. ഗേറ്റു കടന്ന് വേഗം വഴിയിലേക്കിറങ്ങി. മഴ അതിന്റെ കനത്ത അടയാളവാക്യങ്ങൾ കുടയുടെ മീതെ ചിതറിച്ചുകൊണ്ടിരുന്നു.

വിശപ്പ് കെട്ടെങ്കിലും എനിക്കൊരല്പം ചൂടുവെള്ളമെങ്കിലും കുടിക്കണമെന്നു തോന്നി. കുട പൊന്തിച്ച് മഴയിലൂടെ ഞാൻ മരക്കൂട്ടത്തിലെ തട്ടുകടയിലേക്ക് നോക്കി. അപ്പോഴും എന്തോ അത്ഭു

തം കാണുന്നതുപോലെ കടയിലെ ആളുകൾ എന്നെത്തന്നെ നോക്കിനില്ക്കുന്നതു കണ്ടു. അവരിലൊരാൾ മഴ നനയാതെ തലയിൽ കൈ പരത്തിപ്പിടിച്ചുകൊണ്ടോടിവന്ന് എന്റെ കുടയിൽ കേറി.

'മഴ കനത്തല്ലോ സാറേ. അവിടെ നല്ല ചായ കിട്ടും.'

നല്ലതോ ചീത്തയോന്നറിയില്ല. എനിക്ക് ചായേം വടേം കിട്ടി. വിശന്നു ചാകാൻ തുടങ്ങുമ്പോൾ എല്ലാ ഭക്ഷണവും ശ്രേഷ്ഠമാണ്. അവിടെ തിരഞ്ഞെടുപ്പുകളില്ല. ഞാൻ കൊടുത്ത ചായക്കാശ് കൈപ്പറ്റാൻ കടക്കാരൻ മടിച്ചുനിന്നു. എന്നെ അയാൾ കരുണയോടെ നോക്കി.

'പാവം വിശ്വൻ. വല്യ ഉപകാരിയാരുന്നു. കടംകേറി മുടിഞ്ഞതാ. സാറിപ്പഴാന്നോ അറിഞ്ഞത്?'

'എന്ത് ?'

'അവനും ഭാര്യേം കൊച്ചുങ്ങളുമൊന്നിച്ചു വെഷമടിച്ചിട്ട് ഈ ചിങ്ങത്തിൽ രണ്ടു വർഷമാവും. ഒരു കുഴീലാ അഞ്ചിനേം അടക്കിയേ.'

കുറേ നേരത്തേക്ക് എനിക്കെന്തു സംഭവിച്ചെന്നറിഞ്ഞുകൂടാ. ഒന്നു മാത്രം ഓർമ്മയുണ്ട്. മഴ എന്നെ വല്ലാതെ പൊള്ളിച്ച് അവിടെനിന്നും വേഗം ഓടിച്ചുവിടുകയായിരുന്നു. കുടയുടെ ചുറ്റുമായി തിളവെള്ളത്തിന്റെ മഴ ആവി പറത്തിയിരുന്നു.

ഇടപാട് നേരം കഴിഞ്ഞെങ്കിലും ബാങ്ക് പൂട്ടിയിട്ടില്ലായിരുന്നു. എനിക്ക് കുറേക്കാര്യങ്ങൾ ചോദിച്ചറിയാനുണ്ടായിരുന്നു. എന്റെ എളിക്കുത്തിലിരുന്ന് ലോണപേക്ഷ കുറേശ്ശേ നനഞ്ഞെങ്കിലും ചോരയോട്ടത്തിന്റെ ചൂടിൽ അത് വേഗം ഉണങ്ങിയിരുന്നു. ബാങ്കിന്റെ പടിക്കെട്ടിലെത്തി ഞാൻ ആവേശത്തോടെ പടികയറി. എന്റെ കുട (അല്ല വിശ്വന്റെ കുട) അപ്പോഴും കൈയിലുണ്ടായിരുന്നു. എന്നെ കടന്ന് ഒരാൾ താഴേക്കു നടന്നു. അയാൾ സ്വയം പിറുപിറുത്തുകൊണ്ടാണ് പടിയിറങ്ങിപ്പോയത്.

'അമ്പതു ലക്ഷം കൈയിൽ കിട്ടട്ടെ. ഞാനൊരു കളി കളിക്കും.'

മുകളിലേക്കു കയറിയ എന്നെ ആയാൾ താഴെ നിന്നു വഴക്കു പറഞ്ഞു.

'കണ്ണുകണ്ടൂടായോ. എന്റെ മേലാകെ വെള്ളമായി. എന്റപേക്ഷാഫാറോം നനഞ്ഞല്ലോ. നനഞ്ഞ കൊടേം പിടിച്ചോണ്ടാന്നോടാവ്വേ അകത്തു വരുന്നേ. എവനേയൊക്കെ എവ്ടുന്നെറക്കി വിട്ടതാണോ എന്തോ.'

കുട ചരിച്ചുപിടിച്ച് ഞാനൊരു 'സോറി' പറഞ്ഞു. ഉടനേ

അയാൾ തിരികെ പടികയറി എന്നെ പിടിക്കാൻ വന്നു. അവനെ ന്നെ തല്ലുമെന്നു തോന്നി. കള്ളനും പോലീസും കളിയിലെ കള്ള നായി ഞാൻ മാറി. എങ്ങോട്ടു പോകണമെന്ന് ആദ്യം അമ്പരന്നു പോയെങ്കിലും ഞാൻ ഏറ്റവും മുകളിലേക്കോടിക്കേറി. അവിടെ യുള്ള മുദ്രാവാക്യങ്ങളുടെ കൂമ്പാരത്തിലൊളിച്ചു. കുട മാറ്റീട്ട് അയാളെന്റെ തോളിൽ പിടിച്ചുയർത്തി. എന്നെ കണ്ടതും അയാൾ ഭയങ്കര ശബ്ദത്തിൽ ചിരിച്ചു.

'എടാ. നീയോ. എത്തറ നാളായെടാ നിന്നെ കണ്ടിട്ട്.'

അവനെ കണ്ടിട്ടു രണ്ടു വർഷത്തിലേറെയായിരുന്നു. എനിക്കാകെ സന്തോഷം തോന്നി. അവനെ ഞാൻ വീട്ടിലേക്കു ക്ഷണിച്ചു.

'ബാടാ, എന്റെ വീട്ടീന്നു ഭക്ഷണം കഴിപ്പിച്ചേ ഇന്നു നിന്നെ ഞാൻ വിടൂ. അവിടെ എല്ലാർക്കും നിന്നെ അറിയാം. നമ്മടെയാ പഴേ കാലമോർമ്മയില്ലേ.'

അപ്പോൾ പടിക്കെട്ടുകൾ കയറി വന്നൊരു മഴക്കാറ്റ് എന്റെ കുടയും തട്ടിയെടുത്ത് എങ്ങോട്ടോ പാഞ്ഞുപോയി.

൦൦

8
വെയിൽപക്ഷി

ഒരു കാര്യം എനിക്ക് മനസ്സിലായി. ഇത്രേം നാളും ഞാൻ വെറുതെ നേരം കളയുകയായിരുന്നു.

'അന്യജീവനുതകി സ്വജീവിതം ധന്യമാ...' ക്കണമെന്നൊക്കെ നിങ്ങളെപ്പോലെ ഞാനും ഒരുപാട് കേട്ടിരിക്കുന്നു. വേണ്ടാന്നേ. വിശന്നു കേഴുന്നവന്റെ മുഖത്ത് തെറി തുപ്പുന്നവരാണേറെയും. അതുകൊണ്ട് ഞാനെല്ലാം നിർത്തുകയാ. അല്ലല്ലോ നിർത്തിക്കഴിഞ്ഞു. ഇപ്പോൾ ഈ തിളവെയിലത്ത് ഞാൻ എങ്ങോട്ട് പോകുന്നെന്നോ. പറയാം. അതിനുമുമ്പ് ഇതൊന്നു കേട്ടാട്ടെ. ഉള്ളു പൊള്ളിക്കുന്ന ചിന്തച്ചൂടുള്ളപ്പോൾ എനിക്കീ ഓട്ടമൊന്നും ഒരു പ്രശ്നമല്ല. എങ്ങനെങ്കിലും വേഗം വീടെത്തണം. ചെന്നാലുടൻ അടുക്കളയിലെ അരിപ്പാത്രം പരതണം. എന്നെ തൽക്കാലത്തേക്കെങ്കിലും രക്ഷിക്കാൻ അതിൽനിന്ന് തവിടു പൊതിഞ്ഞു കിടക്കുന്ന ഒരു പഴയ സ്വർണമാലയോ വളയോ ഉദിച്ചുയരാതിരിക്കില്ല. ഈ പോക്ക് പോയാൽ ഞാൻ ഉദ്ദേശിക്കുന്ന നേരത്ത് അവിടെത്താമെന്ന് തോന്നുന്നു. അഞ്ചരമണിയോടെയെങ്കിലും എത്തണം. എന്റെ ഭാര്യ സ്ഥിരമായി ആ നേരത്താണ് കുളിമുറീൽ പോകുന്നത്. അവൾ കുളിമുറിയേടെ കതകടക്കുന്നു. അപ്പൊത്തന്നെ ഞാൻ അടുക്കളേലെത്തുന്നു. മൂലയിൽ വെച്ചിരിക്കുന്ന പഴയ അലൂമിനിയം പാത്രം തുറക്കുന്നു. വെള്ളം വീഴുന്ന ശബ്ദം എനിക്ക് ധൈര്യം പകരുന്നു. ആഹാ. എന്റെയുള്ളിലെ കാറുംകോളും മാഞ്ഞുപോകുന്നു.

സ്വന്തം വീട്ടിൽ നിന്നും മോഷ്ടിക്കാനുള്ള പോക്കാണ് അല്ലേ? എന്ത് തരം മനുഷ്യനാണ് നിങ്ങൾ?

അതു കൊള്ളാം എന്റെ കൂടെ ഇത്രേം ദൂരം നടന്ന് കുറെ ഉപദേ

ശോം തന്നിട്ട് നിങ്ങളെന്നെ വെറുമൊരു കള്ളനായി മുദ്രകുത്തുകയാണോ. എന്റെ ഫുൾ ഹിസ്റ്ററി അറിയാഞ്ഞിട്ടാ. നാട്ടീന്ന് ശേഖരിക്കുന്ന കൃഷി ഉൽപ്പന്നങ്ങൾ എന്റെ പിക്കപ്പ് വാനിൽ ചന്തയിൽ കൊണ്ടുചെന്ന് വിറ്റ് കഴിയുകയായിരുന്നു ഞാൻ. മിക്ക ദിവസങ്ങളിലും എന്റെ സ്വന്തം കൃഷിയിടത്തിലെ വിളവായിരിക്കും ഉണ്ടാവുക. ഒരു കുന്നിന്റെ വിശാലമായ കിഴക്കേ ചരിവും അതിനു താഴെയുള്ള തകിടിപ്പുരയിടവും ഒന്ന് സങ്കൽപ്പിച്ചു നോക്കിയാട്ടെ. തട്ടുകളാക്കിയ കുന്നിൻചരിവ് മുഴുവനും ഞാൻ കൃഷി ചെയ്തു. കപ്പക്കൃഷിയിൽ നിന്നും ഉള്ള വരുമാനം മാത്രം മതിയായിരുന്നു എന്റെ വീട് പോറ്റാൻ. വിൽക്കാനുള്ള സാധനങ്ങൾ ഓരോ ചന്തദിവസവും പിക്കപ്പിൽ കയറ്റിക്കഴിയുമ്പോഴേക്കും കിഴക്കേ കരിമലയിൽ ഉദിച്ചു നിൽക്കുന്ന സൂര്യൻ എന്നെ നോക്കി അന്തിച്ച് നിൽക്കുമായിരുന്നു. എന്റെ ആ നല്ല കാലത്തെക്കുറിച്ച് നിങ്ങൾക്കറിയാമല്ലോ. എന്തിനേറെ പറയണം എല്ലാം തുലഞ്ഞില്ലേ.

പേരും പണവുമെല്ലാം നഷ്ടപ്പെട്ടത് നിങ്ങളുടെ അനാശാസ്യ ജീവിതരീതി കൊണ്ടാണെന്ന് നാട്ടിൽ മുഴുക്കെ പാട്ടാണ്.

അതു കൊള്ളാം. ഒരു മനുഷ്യന് തട്ടുകേട് സംഭവിക്കാനും അത് പരത്തിയെടുത്ത് ആഘോഷിക്കാനുമാണ് എല്ലാർക്കും ഇഷ്ടം. കണ്ടിട്ട് അവരിൽ ഒരാളല്ല നിങ്ങളെന്നു തോന്നുന്നു. എന്റെ അനാശാസ്യത്തിന്റെ കാര്യം അവിടെ നിൽക്കട്ടെ. എന്നെ ഒരു ദരിദ്രവാസി ആക്കിയ സംഭവം ആദ്യം പറയാം. എന്റെ കപ്പയും ചേനയും ചേമ്പും എല്ലാം കിളച്ചുമറിച്ച കാഴ്ചയാണ് ഒരു ദിവസം മലഞ്ചെരുവിൽ എത്തിയ ഞാൻ കണ്ടത്. എന്റേത് മാത്രമല്ല നാട്ടിലെ കൃഷി ആകെ നശിപ്പിച്ചിട്ട് കാട്ടുപന്നികൾ ആഘോഷിക്കുകയായിരുന്നു. പിന്നീട് കാട്ടുപന്നികളുടെ വാഴ്ചയായിരുന്നു. നിറയ്ക്കാൻ ഒന്നുമില്ലാത്ത എന്റെ പഴയ പിക്കപ്പ് വാനുമായി ഞാൻ ചന്തക്കു പോയി. ചന്തകൾ എന്നും എനിക്കാവേശമായിരുന്നു. ഒന്നും വിൽക്കാനും വാങ്ങാനും ഇല്ലാതെ ആളുകൾക്കിടയിലൂടെ മണപ്പിച്ചു നടക്കുന്ന നായയെപ്പോലെ ഞാനങ്ങനെ നടന്നു. തുടർന്നുള്ള കുറേ നാളുകളിൽ കൂടി ചന്തകളിൽ നിന്നും ചന്തകളിലേക്ക് എന്റെ കാലി വണ്ടി വെറുതേ ഓടിക്കൊണ്ടിരുന്നു. ഇടയ്ക്കിടെ ആരെങ്കിലും ചെറിയ ഓട്ടം വിളിച്ചാൽ എനിക്ക് ചില്ലറക്കാശ് തടയുമായിരുന്നു. അതാകട്ടെ ഒന്നിനും തികഞ്ഞിരുന്നില്ല. വെറുതേ തുടർന്നുകൊണ്ടിരുന്ന കമ്പോളയാത്രകൾ ഡീസലായും കള്ളായുമൊക്കെ എന്റെ സമ്പാദ്യം തിന്നുതീർത്തു. എന്തായാലും എത്ര പണമില്ലാതായാലും

എനിക്ക് ചന്തയിൽ പോകാതിരിക്കാൻ കഴിയില്ലായിരുന്നു. പിക്കപ്പ് വീട്ടിൽ തന്നെ ഇട്ടിട്ട് ഞാൻ അതിരാവിലെ ചന്തകളിലേക്ക് നടന്നു പോകാൻ തുടങ്ങി. വിൽക്കുന്നതിലും വാങ്ങുന്നതിലുമുള്ള എന്റെ അറിവ് ചില കച്ചവടക്കാർക്ക് പ്രയോജനകരമായി തോന്നി. അവരുടെ സഹായിയായി നിന്നപ്പോൾ എനിക്ക് കുറേയൊക്കെ പണം കിട്ടാൻ തുടങ്ങി. അതിരാവിലെ അവരോടൊപ്പം ചന്തയിൽ ചെല്ലുന്ന ഞാൻ സന്ധ്യയോടുകൂടി തിരിച്ചു വീട്ടിലേക്ക് പോരുമായിരുന്നു. പല ദിവസങ്ങളിലും ചന്തസ്ഥലത്ത് നിന്ന് എന്റെ വീട്ടിനടുത്തേക്ക് വണ്ടി കിട്ടുമായിരുന്നില്ല. അപ്പോഴൊക്കെ ചന്തയിൽ നിന്നുള്ള വരുമാനം കൊണ്ട് ഞാൻ വീട്ടിലേക്ക് ടാക്സി പിടിച്ചിരുന്നു. രസം അതല്ല. വീട്ടിലേക്കുള്ള വഴി പറഞ്ഞുകൊടുത്ത് സീറ്റിൽ സുഖമായി ചാരിക്കിടന്നു യാത്ര ചെയ്ത എനിക്ക് ഓരോ ദിവസവും വഴിതെറ്റിക്കുന്ന ടാക്സിക്കാരോട് വഴക്കിടേണ്ടി വന്നു. എന്നാൽ അവർ അപ്പോഴൊക്കെ തർക്കിച്ചിരുന്നത് ഞാൻ പറഞ്ഞ വഴിയിലൂടെ തന്നെയാണ് അവർ വണ്ടിയോടിച്ചിരുന്നത് എന്നു പറഞ്ഞാണ്. അങ്ങനെയുള്ള ഓരോ ദിവസവും എന്നെ കൊണ്ടു ചെന്നിറക്കുന്നത് ഞാൻ ഒരിക്കലും മനസ്സിൽ പോലും വിചാരിക്കാത്ത ചില സ്ഥലങ്ങളിൽ ആയിരുന്നു. പക്ഷേ അവിടെയെല്ലാം എന്നെ കാത്തുനിൽക്കുന്നത് പോലെ ചിലർ സന്തോഷത്തോടുകൂടി സ്വീകരിച്ചിരുന്നു. ആദ്യത്തെ ദിവസം ഒരു വിവാഹത്തിന്റെ ആഘോഷം നടക്കുന്ന വീട്ടിൽ ആയിരുന്നു ഞാൻ ചെന്നത്. വർഷങ്ങൾക്കു മുമ്പ് ആ വീട്ടിൽ നിന്നും എവിടെയോ പോയ ഗൃഹനാഥൻ തിരിച്ചു വന്നിരിക്കുകയാണെന്ന് പറഞ്ഞ് വീട്ടുകാരി എന്നെ ആദ്യം കുറേ ചീത്ത വിളിച്ചു. പക്ഷേ ഉടൻ തന്നെ അവർ കണ്ണീർ തുടച്ചുകൊണ്ട് ഇപ്പോഴെങ്കിലും ചേട്ടൻ തിരികെ വന്നല്ലോ എന്നു പറഞ്ഞ് എന്നെ ആലിംഗനം ചെയ്തു. അവരുടെ മകൾ അടുത്ത ദിവസം രാവിലെ വിവാഹിതയാകാൻ പോകുമ്പോൾ അവളുടെ കൈപിടിച്ച് വരനെ ഏൽപ്പിക്കേണ്ടത് അവളുടെ പിതാവായ ഞാൻ ആയിരുന്നുപോലും. എന്നോടുകൂടി ആ വീടിന്റെ ഐശ്വര്യം തിരികെ എത്തിയെന്നും അവൾ പറഞ്ഞു. സത്യം പറഞ്ഞാൽ ഞാൻ ആദ്യമായിട്ടാണ് അവരെയൊക്കെ കാണുന്നതും ആ സ്ഥലത്തെത്തുന്നതും. എന്നാൽ ഞാൻ എത്ര പറഞ്ഞു നോക്കിയിട്ടും അതിന് ഒരു വിലയും കൽപ്പിക്കാതെ ആ വീട്ടുകാർ ചിരിച്ചു തള്ളുകയായിരുന്നു. അന്ന് രാത്രി അവിടെ കഴിച്ചു കൂട്ടണമെന്നും വിവാഹച്ചടങ്ങിൽ ഞാൻ പങ്കെടുക്കണമെന്നും അല്ലാത്തപക്ഷം അവൾ

ആത്മഹത്യ ചെയ്യുമെന്നും ആ സ്ത്രീ എന്നോട് പറഞ്ഞു. ഗത്യന്തരമില്ലാതെ അത് സമ്മതിച്ചിട്ട് ഞാൻ കട്ടിലിൽ കിടന്നു. വെളുപ്പിന് ആരും അറിയാതെ അവിടെ നിന്നും ഓടി രക്ഷപ്പെടാൻ പെട്ട പാട് എനിക്കേ അറിയൂ. തുടർന്നുള്ള രണ്ട് ചന്തകളിൽ പോയില്ല. എന്നാൽ എന്റെ രക്തത്തിലലിഞ്ഞുപോയ സ്വഭാവം കൊണ്ട് പിന്നീടുള്ള ദിവസം വെളുപ്പിനെ തന്നെ ചന്തയിൽ ചെന്ന് കച്ചവടക്കാരുടെ സഹായി ആയി. ചന്ത പിരിഞ്ഞ് വൈകുന്നേരമായപ്പോൾ ടാക്സി പിടിച്ച് എന്റെ വീട്ടിലേക്ക് പോകാൻ നോക്കി. കഴിഞ്ഞ ഒരു അനുഭവംകൊണ്ട് പഴയ ടാക്സിക്കാരനെ ഒഴിവാക്കാൻ ഞാൻ ശ്രദ്ധിച്ചിരുന്നു. അന്ന് ഞാൻ കയറിയ ടാക്സി ഒരു ചെറുപ്പക്കാരൻ ഓടിക്കുകയായിരുന്നു. വളരെ മാന്യനായ അവൻ എനിക്കിഷ്ടമുള്ള ചില ഗാനങ്ങൾ കേൾപ്പിച്ചുകൊണ്ട് വണ്ടി മുന്നോട്ടെടുത്തു. വണ്ടി കുറേ ദൂരം പോയപ്പോഴാണ് അവന് വഴി തെറ്റി എന്ന് ഞാൻ മനസ്സിലാക്കിയത്. അവനോട് വണ്ടി നിർത്താൻ ആവശ്യപ്പെട്ടെങ്കിലും അത് കേൾക്കാതെ അവൻ വേഗം ഓടിച്ചു കൊണ്ടിരുന്നു. ഒടുവിൽ ഒരു കൊച്ചു വീടിന്റെ വാതിൽക്കൽ വണ്ടി നിർത്തിയിട്ട് എന്റെ വീട് എത്തിയെന്ന് അവൻ പറഞ്ഞു. വണ്ടി ചെന്നു നിന്നപ്പോൾ കാത്തിരുന്നതുപോലെ വീടിന്റെ ഉള്ളിൽ നിന്നും ഉച്ചത്തിൽ നിലവിളിയുമായി ഒരു സ്ത്രീ കയ്യിലെടുത്ത കുട്ടിയുമായി ഓടി വെളിയിൽ വന്നു. പുറകെ വന്ന രണ്ട് കുഞ്ഞുങ്ങൾ വാവിട്ട് നിലവിളിക്കുകയും ചെയ്യുന്നുണ്ടായിരുന്നു. അവരുടെ ഭർത്താവ് ദൂരെ എവിടെയോ ജോലിക്കായി പോയിരിക്കുകയാണെന്നും കുട്ടിക്ക് ഭയങ്കര അസുഖമാണെന്നും അതിന്റെ ജീവൻ രക്ഷിക്കാനായി വേഗം ആശുപത്രിയിലേക്ക് പോകണമെന്നും അവർ ആവശ്യപ്പെട്ടു. ഞാൻ അവരുടെ ഭർത്താവിന്റെ ഉറ്റമിത്രമാണെന്നും ഉടനെ വണ്ടിയുമായി ഞാനെത്തുമെന്ന് അയാൾ ഫോണിലൂടെ പറഞ്ഞെന്നും അവർ പറഞ്ഞു. ഏറ്റവും വലിയ തമാശയായി എനിക്ക് തോന്നിയത് അവർ സൂചിപ്പിച്ച മനുഷ്യൻ എന്റെ പരിചയത്തിൽ പോലുമില്ലെന്നതാണ്. എന്റെ ടാക്സിക്കാരന് വഴി തെറ്റി അവിടെ വന്നതാണെന്ന് ഞാൻ പറഞ്ഞിട്ടും അവരാരും വിശ്വസിച്ചില്ല. അവരെ ആശുപത്രിയിലാക്കിക്കഴിഞ്ഞിട്ടും എന്നെ തിരിച്ചു പോരാൻ അനുവദിച്ചില്ല. അവരുടെ കയ്യിൽ ഒരു പൈസ പോലും ഉണ്ടായിരുന്നില്ലെന്നു പറഞ്ഞു. അവരുടെ ഭർത്താവിന്റെ ഉറ്റതോഴൻ ആയതിനാൽ എനിക്ക് ചില ഉത്തരവാദിത്വങ്ങൾ ഉണ്ടെന്ന് എന്നെ വിശ്വസിപ്പിക്കാൻ അവർ ശ്രമിച്ചു. കൈയിലുണ്ടായിരുന്ന പണം

മുഴുവനും അവർക്ക് കൊടുത്തു. പിന്നെ രായ്ക്കുരാമാനം അവിടെ നിന്നും ഒളിച്ചോടി വീട്ടിലേക്ക് നടക്കുകയായിരുന്നു. അടുത്തദിവസം വെളുപ്പിനാണ് ഞാൻ വീട്ടിലെത്തിയത്. പിന്നീട് കുറേ നാളത്തേക്ക് ഞാൻ ചന്തയാത്ര ഒഴിവാക്കി. നമ്മളൊക്കെ മനുഷ്യരല്ലേ. ചിലപ്പോഴെങ്കിലും മനസ്സ് കൈവിട്ടു പോകുമല്ലോ. എന്നിട്ടും ഞാനൊരു തീരുമാനമെടുത്തു. ഇനി ടാക്സി പിടിച്ച് എങ്ങോട്ടും പോകുന്നില്ല. ചെറിയ ദൂരമൊക്കെ നടക്കാം. ഒരാഴ്ച നടന്നു. എത്രയെന്ന് വിചാരിച്ചാ നടക്കുന്നത്. നടന്നുനടന്ന് ഞാൻ ആകെ ക്ഷീണിച്ചു. വീട്ടീന്നിറങ്ങി കവലയിൽ എത്തുമ്പോഴേക്കും വാടകവണ്ടികളിലെ ഡ്രൈവർമാർ ആദ്യമൊക്കെ എന്നോട് ‘എങ്ങോട്ടാ ചേട്ടാ’ എന്ന് അന്വേഷിച്ചിരുന്നു. എന്നാൽ അവരോടൊക്കെ ചിരിച്ച് കണ്ണടച്ചു കാണിച്ചിട്ട് എനിക്ക് മാത്രം കേൾക്കാവുന്ന ശബ്ദത്തിൽ ഞാൻ പിറുപിറുക്കുമായിരുന്നു. ഓ വേണ്ടടാ ഉവ്വേ, ശരിയാവത്തില്ല ഞാൻ നടക്കുവാ. ഒരാഴ്ച കഴിഞ്ഞപ്പോഴേക്കും വണ്ടിക്കാർ എന്നെ നോക്കാൻ കൂടി തയ്യാറായില്ല. ഇയാൾക്കിതെന്തുപറ്റി? അവരിൽ രണ്ടുപേർ പറഞ്ഞു ചിരിക്കുന്നത് കേട്ടപ്പോൾ ഞാൻ എന്റെ തീരുമാനം ഉറപ്പിച്ചു. ഇനിയും വാടക വണ്ടീക്കേറുന്ന പ്രശ്നമില്ല. അങ്ങനെയാണ് സ്വന്തമായ വണ്ടി വാങ്ങാനുള്ള മോഹമുണ്ടായത്. ഞാൻ നടന്നു വിയർത്തും തളർന്നും കാറുകളുടെ ഷോറൂമിലെത്തി. എടുത്തുപിടിച്ച് അഭിമാനച്ചിരിയുമായി ഒരുവൻ കസ്റ്റമേഴ്സ് ലോഞ്ചിൽ കുളിരുകോരി ഇരിക്കുന്നവരുടെ ഇടയിലേക്ക് എന്നെ സ്വീകരിച്ചു കൊണ്ടുപോയി. കാറുകളെക്കുറിച്ചുള്ള അവന്റെ അറിവിനും ആ വിനയത്തിനും പ്രത്യേകം കാശു കൊടുക്കേണ്ടതാണ്.

‘ഗുഡ് മോർണിംഗ്. പുതിയ കാർ വാങ്ങാൻ സേർ പ്ലാനിട്ടതും ഞങ്ങളുടെ ഈ റെപ്യൂട്ടഡ് സ്ഥാപനത്തിൽ വന്നതും നന്നായി. വി ആർ റിയലി ഹാപ്പി സേർ.’

പണമില്ലെന്നു പറഞ്ഞപ്പോൾ ആഗ്രഹങ്ങളെ കടിഞ്ഞാൺ ഇടരുതെന്ന് അവൻ പറഞ്ഞു. പണം വരുവേം പോവേം ചെയ്യും. ഒരു ജീവിതത്തിൽ ഉള്ള ആഗ്രഹങ്ങളെ സാധിക്കാതെ പോകരുതെന്ന് അവൻ ഉപദേശിച്ചു.

‘സേർ, ചെറിയ തുക മാത്രം ആദ്യം അടച്ചാൽ മതി. ബാക്കി ഫിനാൻസ് തരും.’

അവൻ എനിക്ക് പുതുപുത്തൻ കാറുകൾ പരിചയപ്പെടുത്തിത്തന്നു. എല്ലാം കൗതുകത്തോടെ കേട്ട് ഞാനെന്റെ പഴയ ഡ്രൈവിംഗ് കാലത്തെ സാധാരണ ചോദ്യങ്ങൾ ചോദിച്ചു. അന്ന് കേട്ടിട്ടില്ലാ

ത്ത സുരക്ഷാക്രമീകരണങ്ങളെക്കുറിച്ച് വാചാലനായ അവനെ 'എത്ര മൈലേജ് കിട്ടും' എന്ന ഒറ്റച്ചോദ്യത്തിൽ ഞാൻ വീഴ്ത്തിക്കളഞ്ഞു. 'നല്ല മൈലേജ് കിട്ടും സാർ.' അവൻ പറഞ്ഞു.

എനിക്ക് തൃപ്തിയായി. തന്നെയുമല്ല അവരുടെ ഉത്സവകാല നറുക്കെടുപ്പിന്റെ അവസാനദിവസമായ അന്ന് എന്റെ പേരുകൂടി ഭാഗ്യക്കുറിയിൽ ചേർക്കുമെന്നും അവൻ പറഞ്ഞു.

ചെറിയ സംഖ്യ ആദ്യപടിയായി കൊടുക്കണം എന്നല്ലേ ആ പയ്യൻ പറഞ്ഞത് അതിന് നിങ്ങൾ എന്ത് ചെയ്തു?

കാറുകടയിലെ ഏറിയ തണുപ്പുള്ള വായു നിറച്ച ആ കണ്ണാടിമുറിയിലിരുന്ന് ഞാൻ കുണ്ടും കുഴിയുമുള്ള ഒത്തിരി പോംവഴികളിലൂടെ മനസ്സിനെ ഓടിച്ചു. എവിടെയും റോഡ് ബ്ലോക്ക് എന്ന ചുവന്ന ബോർഡ് കണ്ടു മടുത്ത് ഓട്ടം നിർത്തിയ മനസ്സ് എന്നെ എന്റെ വീട്ടിൽ തിരികെ കൊണ്ടുചെന്നു. പതിവുപോലെ മുഖത്ത് നോക്കി നോക്കി ഭാര്യ എന്റെ മനസ്സിനെ കണ്ടെടുത്തു. അവളെന്നെ ആശ്വസിപ്പിച്ചു. ഒരു കാർ അവളുടെ കൂടി സ്വപ്നമായിരുന്നു. അവൾ അരിപ്പാത്രത്തിന്റെ അടിയിൽ കുഴിച്ചിട്ടിരുന്ന ചെറിയ ചെല്ലം തുറന്ന് അതിനുള്ളിൽ ഭദ്രമായി വെച്ചിരുന്ന ആഭരണങ്ങളെടുത്തു. അവളുടെ ആകെയുള്ള സമ്പാദ്യമായ ആഭരണങ്ങളായിരുന്നു അത്. അത് വാങ്ങി സ്വർണ്ണത്തിന്റെ തിളക്കമുള്ള അവളുടെ സ്നേഹാർദ്രമായ കണ്ണുകളിലേക്ക് നോക്കിയിട്ട് ഞാൻ അവളുടെ കഴുത്തിൽ ചുംബിച്ചു.

'ഇതിലേറെ ആഭരണങ്ങൾ വണ്ടിയോടിച്ച് ഞാനുണ്ടാക്കിത്തരും പ്രിയപ്പെട്ടവളെ.'

ഉമ്മകളായി, ആലിംഗനമായി, വാക്കുകളായി പരിണമിച്ച എന്റെ നന്ദി പ്രകടനം ചെടിച്ചപ്പോൾ അവൾ എന്നെ തള്ളി അകറ്റി.

'ആദ്യം പോയി വണ്ടി വാങ്ങ്. ആ സ്വപ്നമെങ്കിലും സാക്ഷാത്കരിച്ചെന്ന് കേക്കട്ടെ.'

ആ പിക്കപ്പും സ്വർണ്ണവും വിറ്റു കിട്ടിയ പണം ആദ്യ ഗഡുവായടച്ച് അങ്ങനെ ഞാൻ പുതിയ വണ്ടി സ്വന്തമാക്കി.

പുതിയ വണ്ടി വാങ്ങി വെറുതെ വീട്ടിലിട്ട മണ്ടനല്ലേ നിങ്ങൾ?

ഒരു ടാക്സി ഓടിക്കാൻ ആയിരുന്നു ഞാൻ ആഗ്രഹിച്ചത്. പക്ഷേ എല്ലാ വീട്ടിലും കാറും ബൈക്കും ആയപ്പോൾ കവലയിലെ വെയിലത്ത് വെറുതെ പുത്തൻ വണ്ടീം കൊണ്ട് ചെന്നിട്ട് അതിനുള്ളിൽ കെടന്നുറങ്ങിയത് മിച്ചം. കൈക്കാശൊന്നും കിട്ടിയില്ല. ആകെ മടുത്തു. ഞാൻ വീട്ടീനു വെളിയിൽ പോകാതായി.

ദിവസവും വെറുതെ ജന്നൽ തുറന്നു വണ്ടി നോക്കി കിടക്കും. അത്രതന്നെ.

കാർ വാങ്ങാൻ സ്വർണം വിറ്റുകിട്ടിയ മുഴുവൻ പണവും കൊടുക്കേണ്ടി വന്നില്ല. ടാങ്ക് നിറയെ ഇന്ധനവും നിറച്ചിട്ടാണ് വീട്ടിൽ കൊണ്ടുപോയത്. വണ്ടിയൊക്കെ ഒരാഗ്രഹത്തിന് വാങ്ങി വീട്ടിൽ ഇടാനേ എന്നെപ്പോലുള്ളവർക്ക് കഴിയൂ. പുതിയ കാറിൽ കപ്പയും ചേനയുമൊന്നും കയറ്റാൻ മനസ്സ് വന്നില്ല. ഈ അഞ്ചാറുമാസം ആയിട്ടും എന്റെ വണ്ടി അധിക ദൂരമൊന്നും ഓടിയില്ല.

ഓ കാറെടുക്കാൻ മനസ്സ് വരുന്നില്ല. അല്ലേ. എന്തായാലും സ്വന്തമായി കാർ വാങ്ങിയിട്ട് നിങ്ങൾ ഇപ്പോൾ ഈ വെയിലത്ത് പാഞ്ഞുപറിച്ച് ഓടുന്നത് കഷ്ടം. ലജ്ജയില്ലേ മനുഷ്യാ.

അല്ലെന്നേ. സത്യമായിട്ടും ഞാൻ ഇന്ന് പോയത് എന്റെ വണ്ടീത്തന്നെയാണ്. ഇന്ന് വെളുപ്പിന് എന്നെ മൂടൽമഞ്ഞിലേക്ക് വിളിച്ചുണർത്തിയത് നമ്മുടെ തമ്പിക്കുഞ്ഞിന്റെ ഫോൺ വിളിയാണ്. പത്തു കിലോമീറ്റർ അകലെയുള്ള അവന്റെ അമ്മാവന്റെ വീട്ടിൽ നിന്നും വിളിക്കുകയായിരുന്നു. ദൂരെയുള്ള ആശുപത്രിയിലേക്ക് അമ്മാവനെ കൊണ്ടുപോകണം. ടാക്സിക്കാർ പണിമുടക്കാണ്.

'ഞാൻ അമ്മാവന്റെ വീട്ടിലുണ്ട്. വേഗം വാ പെട്രോൾ അടിക്കും. പിന്നെ നിന്റെ ചെലവ് കാശ് തരും. മുറ്റത്തെ മാഞ്ചോട്ടിൽ വെറുതെ പൊടിപിടിച്ച് കിടക്കുന്ന നിന്റെ വണ്ടി ഒന്ന് ഓടട്ടെടാവ്വേ.'

പുകമഞ്ഞും ആരോഗ്യപരിരക്ഷയിൽ ശ്രദ്ധയുള്ള നടപ്പുകാരുമൊഴിച്ചാൽ വഴി ശൂന്യമായിരുന്നു. പട്ടണം കഴിഞ്ഞപ്പോൾ തമ്പിക്കുഞ്ഞ് ഫോണിൽ വഴി പറഞ്ഞുതന്നു. മെയിൻറോഡിൽ നിന്നും പൊട്ടിമുളച്ച ഒരു പാത ശാഖകളായി പിരിഞ്ഞ് ആരെയും വഴിതെറ്റിക്കാനുള്ള ഒരു പരിഹാസത്തോടെ വളർന്നു പടർന്നു കിടന്നു. എന്റെ കവിളിൽ ഒട്ടിയിരുന്ന് തമ്പിക്കുഞ്ഞിന്റെ ശബ്ദം വഴി പറഞ്ഞു ചൂടുപിടിച്ചു കൊണ്ടിരുന്നു. ഇടത്തോട്ട്, വലത്തോട്ട്, കുരിശടി കഴിഞ്ഞ് പൊളിഞ്ഞൊരു വീട്. വീണ്ടും വലത്തോട്ട് ഇടത്തോട്ട് റബർ തോട്ടം കഴിഞ്ഞ് ഒരു വീട് ഓടിട്ടത്. അങ്ങനെയങ്ങനെ ഞാൻ വളഞ്ഞ് വീണ്ടും വളഞ്ഞു വളഞ്ഞു മുമ്പോട്ടു പോയി. വെയിൽച്ചൂട് പടർന്നിട്ടും ആരും ഉണർന്നിട്ടു പോലുമില്ലാത്ത ഒരു കുഗ്രാമത്തിൽ എത്തിയ ഞാൻ തമ്പിക്കുഞ്ഞിനെ വിളിച്ചു. ഹോൺ മുഴക്കി കൊണ്ട് വണ്ടിയോടിച്ചു.

'ഭാഗ്യം നീ വന്നല്ലോ നിന്റെ ഹോണടി കേൾക്കുന്നുണ്ട്. മുമ്പോ

ട്ട് പോരെ നിന്റേത് ശരിയായ വഴി തന്നെയാ'

തമ്പിക്കുഞ്ഞ് പിന്നൊന്നും പറഞ്ഞില്ല. നോക്കിയപ്പോൾ ഫോണിന്റെ റേഞ്ച് പോയി. വലതുവശത്തെ കുന്നിറങ്ങി ഒരു ചെറുപ്പക്കാരൻ കൈവീശിക്കൊണ്ട് ഓടിവരുന്നതു കണ്ടു.

'ആശുപത്രി യാത്രയ്ക്ക് വരാൻ പറഞ്ഞത് ഇവിടെയാണോ?'

'അതെയതെ ഉടനെ കൊണ്ടുപോണം, അമ്മാവന് തീരെ വയ്യാതായി. ഹാർട്ടറ്റാക്ക് ആയിരിക്കും.'

അവനുമായി വണ്ടി വേഗം മുമ്പോട്ട് നീങ്ങി. ഒരു വീട്ടിലെത്തിയ ഞാൻ അവിടെ തമ്പിക്കുഞ്ഞിനെ അന്വേഷിച്ചു. ആരും മറുപടിയൊന്നും പറഞ്ഞില്ല. അകത്തുനിന്നും ചിലരൊക്കെച്ചേർന്ന് ഒരു മധ്യവയസ്കനെ താങ്ങിപ്പിടിച്ച് എന്റെ വണ്ടിയുടെ സീറ്റിൽ കിടത്തി. അപ്പോഴും ഞാൻ ചോദിച്ചു: തമ്പിക്കുഞ്ഞെവിടാ? അത് കേൾക്കാതെ ബന്ധുക്കൾ അലമുറയിടാൻ തുടങ്ങി. കൂട്ടക്കരച്ചിലിനിടെ ഒരു കട്ടയാൻ ആജ്ഞാപിച്ചു. 'പെട്ടെന്ന് താലൂക്കാശുത്രീലോട്ട് പോട്ടെടേ.'

രോഗിയെ താലൂക്ക് ആശുപത്രിയിൽ എത്തിച്ചിട്ട് വണ്ടി ഒതുക്കുമ്പോൾ ഫോണിൽ തമ്പിക്കുഞ്ഞ്.

'നീ എന്തോ പണിയാടാ കാണിച്ചേ. എത്ര നേരമായി അമ്മാവനും ഞാനും കാത്തിരിക്കുന്നു. അമ്മാവൻ ആകെ ദേഷ്യത്തിലാണ് ഇന്നിനിയും പോകുന്നില്ലെന്ന് ഒറ്റ വാശിയാണ്. പുല്ലേ, നിന്നെ സഹായിക്കാൻ പോയ ഞാനിപ്പോൾ ആരായി?'

ആശുപത്രി ജീവനക്കാർ കൊണ്ടുവന്ന സ്ട്രക്ച്ചറിൽ കിടന്ന് യാത്ര പോയ രോഗിയുടെ പുറകെ കൂടെവന്ന ചെറുപ്പക്കാരും എവിടെക്കോ പോയി മറഞ്ഞിരുന്നു. ആശുപത്രിയുടെ അകവും പുറവും കറങ്ങിനടന്ന എനിക്ക് ആൾക്കൂട്ടത്തിൽ അവരെ ആരെയും കാണാൻ കഴിഞ്ഞില്ല. അവിടെ വന്ന എല്ലാ മനുഷ്യർക്കും ഒരേ മുഖഭാവമായിരുന്നു. ഒന്നുകിൽ രോഗിയുടെ അശാന്തത അല്ലെങ്കിൽ കൂട്ടിരിപ്പുകാരന്റെ അസ്വസ്ഥത പിടിപ്പിച്ച മുഖങ്ങൾ. വെയിലിന് ചൂട് കൂടി തുടങ്ങിയിരുന്നു. പാർക്കിങ്ങിലെ വാഹനങ്ങൾക്കിടയിൽ നിന്നും വണ്ടിയുമായി ഞാൻ ആശുപത്രി മതിലിന് പുറത്തുകടന്നു. എനിക്ക് വല്ലാത്ത ദേഷ്യവും ക്ഷീണവും തോന്നി. തമ്പിക്കുഞ്ഞിനെ പിണക്കിയതിന്റെ വിഷമവും ഉണ്ടായിരുന്നു. ചാവാൻ തുടങ്ങിയ ഒരു മനുഷ്യനെ കൃത്യസമയത്ത് ആശുപത്രിയിൽ എത്തിക്കാൻ കഴിഞ്ഞതിന്റെ സന്തോഷം ആ വിഷമത്തെ ഒരല്പം കുറച്ചിരുന്നു.

അതൊക്കെ സമ്മതിച്ചു നിങ്ങൾ ധൃതിപിടിച്ച് വിയർത്തൊട്ടിയ ഉടുപ്പുമിട്ട് ഈ വെയിലത്ത് എങ്ങോട്ടാണ് പോകുന്നത് എന്ന് മാത്രം പറഞ്ഞില്ലല്ലോ. ഏറ്റ വെയിലല്ലേ.

ഹഹഹ. നിങ്ങൾ വെയിലത്തെ എന്റെ ഓട്ടം കണ്ടോ. എന്റെ ഷർട്ട് നോക്കിയാട്ടെ. ഇതു കൂടെ കൂട്ടി എനിക്ക് ആകെ രണ്ടു പഴ ഞ്ചൻ ഷർട്ടേയുള്ളൂ. വാങ്ങിയിട്ട് എത്ര വർഷമായെന്നു പോലും ഓർമ്മയില്ല. രണ്ടും പിഞ്ചിത്തുടങ്ങി. എന്നിട്ടും കഞ്ഞിപ്പശയിട്ട് തേച്ച് വടിപോലാക്കി കൊണ്ടുനടക്കുകയാണ്. എന്റെ വണ്ടിയേടെ കടം തിരിച്ചടക്കാൻ ഒരു വഴിയുമില്ല. ഇതുവരെ ഒരു ഗഡു പോലും അടച്ചില്ല. വേണ്ടാന്ന് വെച്ചതല്ല.

അപ്പോഴും നിങ്ങൾ ഓട്ടത്തിന്റെ കാരണം പറഞ്ഞില്ല.

വണ്ടിയോടിച്ച് തന്നെയാണ് ഞാൻ അങ്ങോട്ട് പോയത് എന്ന റിയാമല്ലോ. ആ പാവംപിടിച്ച മനുഷ്യന്റെ ജീവൻ രക്ഷിച്ച് തിരിച്ചു പോരുകയായിരുന്നു. അടുത്താഴ്ച ഓണമല്ലേ. വീട്ടിലേക്ക് ബന്ധു ക്കളെല്ലാരും വിരുന്നു വരും. കാണം വിറ്റു തിന്നുന്ന ആഘോഷം ഒഴിവാക്കാൻ പറ്റുമോ? ഓണക്കമ്പോളത്തിന്റെ ഒഴിഞ്ഞൊരു കോ ണിൽ വണ്ടി നിർത്തിയിട്ട് അതിൽ ഞാൻ കുറെ മുണ്ടുമുറി സാധ നങ്ങളും പച്ചക്കറിയും വാങ്ങി നിറച്ചു. ജീവിതത്തിൽ ആദ്യമായി ഒരു ഷാർജാഷേക്ക് വാങ്ങി കുടിച്ചു. എന്നിട്ടുള്ള വരവാ.

നിങ്ങൾ ആളെ കളിയാക്കുന്നു. വണ്ടിയിൽ വരാതെ ഈ പൊ ള്ളുന്ന ചൂടിൽ? നിങ്ങൾ ഇപ്പോഴും അത് പറയുന്നില്ല.

ക്ഷമിക്ക്. ഷാർജാഷേക്ക് തണുപ്പിച്ച മനസ്സോടെ ബേക്കറിയിൽ നിന്നിറങ്ങിയപ്പോൾ സുമുഖന്മാരായ രണ്ട് യുവാക്കൾ എന്റെ വണ്ടിയുടെ അടുത്ത് നില്പുണ്ടായിരുന്നു. ഒന്നാമത്തവൻ എന്നോ ട് പേര് ചോദിച്ചു. നല്ല വിനയമുള്ളവൻ. അപ്പോൾ രണ്ടാമത്തെ ആൾ ചോദിച്ചത് വണ്ടി ചേട്ടന്റെ സ്വന്തമാണോ എന്നാണ്. നന്നാ യി സൂക്ഷിക്കുന്നതിന് അവർ അഭിനന്ദിച്ചു.

എവിടേക്കാണെന്ന് ഞാൻ ചോദിച്ചു.

ഡോർ തുറന്നതും അവർ വണ്ടിയിൽ കേറിയിരുന്നു.

അവർക്ക് ലിഫ്റ്റ് കൊടുത്തു കാണും നിങ്ങളുടെ സ്വഭാവം അല്ലേ. അത് കഴിഞ്ഞ്?

അവർക്ക് ലിഫ്റ്റ് വേണ്ടായിരുന്നു. വേണ്ടത് വണ്ടി ആയിരുന്നു. എന്നെ തള്ളി പുറത്താക്കിയിട്ട് അവന്മാർ വണ്ടി ഓടിച്ചു പോയി. എന്റെ പേഴ്സും വണ്ടിയിലാണ് കുറെയൊക്കെ പൈസ ഉണ്ടായി രുന്നു. അതും പോയി. ഇന്നു രാത്രി പത്തുമണിക്ക് മുൻപേ മുട

ങ്ങിയ ലോൺതുകയും പലിശയും പിഴപ്പലിശയും കൂടി അടച്ചാൽ വണ്ടി തിരികെ തരുന്ന കാര്യം അപ്പോൾ ആലോചിക്കാമെന്ന് അവർ പറഞ്ഞിട്ടുണ്ട്. പാവങ്ങൾ എന്നെ ഒന്നും ചെയ്തിട്ടില്ല. പോക്കറ്റ് കീറിയത് പിടിവലിയിൽ പറ്റിയതായിരിക്കും.

വീട്ടിൽ ചെന്നിട്ട് എന്ത് കാര്യം. അതിന് അവിടെ പണമുണ്ടോ. ഭാര്യയുടെ അരിപ്പാത്രത്തിലെ സ്വർണമെല്ലാം നിങ്ങൾക്ക് തന്നില്ലേ?

എന്റെ വീട്ടിൽ ഇപ്പോഴും അവളുണ്ട്. അരിയിടുന്ന പാത്രത്തിൽ അവൾ കുഴിച്ചിട്ടിരിക്കുന്ന രണ്ടു പവന്റെ മാലയും ഉണ്ടാവും. ആഭരണം തന്നപ്പോൾ എന്നെ ഒളിച്ച് ആ മാല ഡ്രാവിൽ അരിപ്പാത്രത്തിലേക്ക് തിരിച്ചിടുന്നത് ഞാൻ കണ്ടതല്ലേ. എനിക്ക് അപ്പോൾ തോന്നിയത് അവൾ മാജിക്ക് പഠിച്ചിട്ടുണ്ടെന്നാണ്. തവിട് പൊതിഞ്ഞു കിടക്കുന്ന ആ മാല എടുക്കാൻ അവൾ കുളിമുറിയിൽ കയറുന്നതുവരെ എനിക്ക് കാത്തുനിൽക്കണം. അവൾ വൃത്തിയുള്ളവളാണ്. എന്നും സന്ധ്യക്ക് വിളക്കുവയ്ക്കുന്നതിനു മുമ്പ് സ്ഥിരമായി കുളിക്കാറുണ്ട്. അതാ ഞാൻ ഓടുന്നത്. അഞ്ചര ആറുമണിക്ക് മുമ്പെത്തണമെങ്കിൽ പതിയെ നടന്നാൽ പറ്റില്ല. എനിക്ക് എന്റെ വണ്ടി തിരിച്ചെടുക്കണ്ടേ മാഷേ?

എന്നെ ആരോ പരിഹസിച്ച് ചിരിക്കുന്നല്ലോ വിശ്വസിക്കാൻ വയ്യ. അയ്യോ ഇവിടെ ആരും ഇല്ല. വിജനമായ വഴി മാത്രം ആകാശം കോരിയൊഴിക്കുന്ന തിളവെയിൽ മാത്രം. ഇനിയും എത്രയോ ദൂരം ഓടാൻ കിടക്കുന്നു.

○○

9
കുത്തിവരകളുടെ കാട്

ഇന്നലെ രാത്രിയിൽ ആരോ വാതിലിൽ മുട്ടിവിളിച്ചു. തുറന്ന വാതിലിലേക്ക് നിലാവിനെ കാറ്റോടിച്ചു കേറ്റി. ആരെയും കാണാത്തതിനാൽ വാതിലടച്ചു കിടന്നു. നിലാവ് പ്രകാശോർജ്ജത്തെ ശബ്ദം ആക്കി മാറ്റാനുള്ള ശ്രമത്തിലായിരുന്നെന്ന് തോന്നി.

അപ്രത്തുവീട്ടീന്ന് ഉറക്കെയുള്ള ശകാരങ്ങൾ കേട്ടുകേട്ട് ഉറങ്ങാതെ കിടക്കുകയായിരുന്നു. ഉറക്കത്തിലേക്ക് വേഗം താണുപോയ ഭർത്താവിനെ ഉണർത്താതെ എഴുന്നേറ്റ് ജന്നലിന്നടുത്തുപോയി കാതോർത്തു നിന്നു. മൂക്കാൻ തുടങ്ങിയ രാത്രിയിലൂടെ ഇരുട്ടും മഴച്ചാറ്റലും ചേർന്നു വാപൊത്തിയൊരു നിലവിളിയൊച്ച മാത്രമേ വ്യക്തമായി കേട്ടുള്ളൂ. അപ്രത്തുവീട്ടിലെ വെട്ടം ജന്നൽച്ചില്ലിലൂടെ കിടപ്പുമുറി വരെ എത്തിയിരുന്നു. സ്വപ്നം കണ്ടുറങ്ങുകയായിരുന്ന ഭർത്താവിനെ തട്ടിയുണർത്തി.

'അപ്രത്തൂന്ന് ഉണ്ണിക്കുട്ടന്റെ കരച്ചിൽ ഞാങ്കേട്ടതാ. ഒന്നു പോയി നോക്യാലോ.'

'നമ്മളവിടെ കേറിയേക്കരുതെന്നല്ലേ മോൾടെ കല്പന.'

'സാരമില്ല. ഇരുട്ടല്ലേ. ആരും കാണാതെ ചെടികളുടെ മറവിലിരുന്നു നമ്മക്കൊന്നു നോക്കാം. ആ കുഞ്ഞിനെ നന്നാക്കി നന്നാക്കി അവളിന്നു കൊല്ലും.'

കഴിഞ്ഞ ആഴ്ച അപ്രത്തുവീട്ടിലെ സിറ്റൗട്ടിൽ നിന്ന് വഴക്കു കേട്ടോടിപ്പോന്നത് ഇവൾ മറന്നുവോ എന്ന് വിചാരിച്ചുകാണും. ഉണ്ണിക്കുട്ടന് പുതുതായി വാങ്ങിക്കൊടുത്ത മുച്ചാടൻ സൈക്കിളിൽ തൊട്ടും തലോടിയും അഭിനന്ദിച്ചു കൊണ്ടിരുന്നപ്പോഴാണല്ലോ അന്ന് ശ്രുതിമോൾ പാഞ്ഞെത്തിയത്.

'അതെയ് എന്റെ കൊച്ചിനെ കൊറെ നല്ല രീതിയിൽ വളർത്താനാ എന്റെ ആഗ്രഹം. വലിയ പുന്നാരിക്കലിനൊന്നും ഇവിടെ

എപ്പഴും കേറി വരാണ്ട് നോക്കണേ.'

'മോളെ ഞങ്ങൾ നിന്റെ അച്ഛനുമമ്മേമല്ലേ?'

'മുന്തിയ സ്കൂളിലാ അവനെ ചേർത്തതെന്ന് നിങ്ങൾക്കറിയാമോ.'

'അതിനെന്ത്?'

'അവിടെ പഠിച്ചോരൊക്കെ ലോകപ്രശസ്തരായിട്ടുണ്ട്. അവിടുത്തെ ഏറ്റവും മോശം പിള്ളേരാ ഡോക്ടർമാരും എൻജിനീയർമാരും ആകുന്നത്. എനിക്കും ചില ലക്ഷ്യങ്ങളുണ്ട്. അത് മനസ്സിലാക്കാൻ കഴിവില്ലാത്ത കൊണ്ടാണ് നിങ്ങളോട് ഇവിടെ കേറരുതെന്ന് പറഞ്ഞത്.'

സ്വന്തം പഠനകാലത്ത് അവൾക്കില്ലാതെ പോയ ലക്ഷ്യബോധം മകന്റെ കാര്യത്തിൽ ഉണ്ടെന്നറിഞ്ഞതിൽ സന്തോഷമെന്ന് ചിരിയോടെ പറഞ്ഞത് കത്താൻ തുടങ്ങിയ അവളുടെ അഭിമാനത്തിൽ എണ്ണയായി.

'രണ്ടെണ്ണോം എന്റെ വീട്ടീന്നെറങ്ങിപ്പോ. ഇനീമിവിടെ കാലുകുത്തിയേക്കല്ല്.'

അവൾ ഉണ്ണിക്കുട്ടനെ പിടിച്ചു വലിച്ചു വീടിനകത്തേക്ക് കയറി വാതിൽ അടച്ചു. മഴച്ചാറ്റലിന്റെ പരാതി പറച്ചിലോടെ അന്നത്തെ പകൽ തിരക്കിട്ട് കടന്നുപോയി. അന്നത്തെ നിശ്വാസങ്ങളുടെ രാത്രിയിൽ ആര് ആരെയാണ് കൂടുതൽ സാന്ത്വനിപ്പിച്ചത് എന്ന് ഓർമ്മ കിട്ടിയില്ല. അതുവരെ പിണങ്ങി നിന്ന ചാറ്റൽ മഴ പെട്ടെന്ന് പുരപ്പുറത്ത് ദ്രുതതാളം വായിച്ചു. കതകിൽ ശക്തിയായി മുട്ടിയത് മഴയുടെ കലമ്പനൊച്ചയിലും കേട്ടപ്പോൾ എഴുന്നേറ്റ് ലൈറ്റ് ഇട്ടു. തുറന്ന വാതിലിലേക്ക് അരുൺ. വന്നപാടെ ഓർക്കാപ്പുറത്ത് പെയ്ത മഴയെയും ഇരുട്ടിനെയും കുറിച്ച് അരുൺ പറഞ്ഞു. കൂടുതൽ ശകാരങ്ങൾ കുത്തിനിറച്ച ശരീരവുമായി അവനെ ശ്രുതി പറഞ്ഞുവിട്ടതായിരിക്കും എന്ന് സംശയിച്ചു. അതേ സംശയം കൊണ്ടാകാം അതുവരെ കസേരയിലിരുന്ന ഭർത്താവ് കണ്ണടച്ച് കള്ളയുറക്കവുമായി വാ തുറന്നു കിടന്നത്. ശകാരിക്കുന്നതിനു പകരം അരുൺ ക്ഷമചോദിച്ചു.

'നിങ്ങൾക്കറിയുമോ. ഉണ്ണിക്കുട്ടനെ ആ സ്കൂളിൽ ചേർക്കുന്നതിന് ഞാനെതിരായിരുന്നു. അവിടുത്തെ പട്ടാളച്ചിട്ട കണ്ട് ഞാൻ വല്ലാതെ വേദനിക്കാറുണ്ട്. രാവിലെ എട്ടുമണിക്ക് കുട്ടികളെല്ലാം ക്ലാസ്സിൽ കേറണം. പിന്നെ ഉറുമ്പുകളെപ്പോലെ അസംബ്ലിയിലേക്കിഴച്ചിൽ. അവരുടെ ചലനങ്ങൾ എപ്പോഴും സൂക്ഷ്മതയോടെ നോ

ക്കി നിന്നിട്ട് അവർക്ക് മാർക്കിടുന്ന ക്ലാസ് ലീഡർമാരുണ്ട്. അരമണിക്കൂർ നീളുന്ന അസംബ്ലിയിലെ തകർപ്പൻ പ്രസംഗങ്ങൾ കേട്ട് ക്ഷീണിതരായി കുട്ടികൾ ക്ലാസിലേക്ക് പോകും. സങ്കല്പിക്കാൻ പറ്റാത്തത്ര അസ്വാതന്ത്ര്യമാണ് കുട്ടികൾ അനുഭവിക്കുന്നത്. ലഞ്ച് ടൈമിൽ സ്പൂൺ ഉപയോഗിക്കുന്നോ ടേബിൾ മാനേഴ്സ് പാലിക്കുന്നുണ്ടോ എന്നൊക്കെ നോക്കി റിപ്പോർട്ട് ചെയ്യാൻ ലഞ്ച് ലീഡേഴ്സ് ഉണ്ട്. രണ്ടാം ക്ലാസിൽ പഠിക്കുന്ന ഉണ്ണിക്കുട്ടന് പന്ത്രണ്ട് പരീക്ഷകളാണ് ഓണത്തിന് മുമ്പ് എഴുതേണ്ടത്. ഇന്നലെ അവന്റെ ഒന്നാം പരീക്ഷ ആയിരുന്നു. ചോദ്യപേപ്പർ കൈയിൽ കിട്ടിയപ്പോൾ അവൻ ഒന്നും എഴുതാനാവാതെ തല കുമ്പിട്ടിരുന്നു. കുട്ടികൾ തെറ്റ് ചെയ്താൽ ഫോണിലേക്ക് മെസ്സേജ് വരും. അന്ന് ആറുമണിക്കുമുമ്പ് രക്ഷിതാക്കൾ സ്കൂളിലെത്തി ക്ലാസ് ടീച്ചറെ കാണണം. ശ്രുതിയുടെ നമ്പരാണ് ഉണ്ണിക്കുട്ടന്റെ സ്കൂളിൽ കൊടുത്തിരിക്കുന്നത്. ഇന്നലെ ഉണ്ണിക്കുട്ടൻ പരീക്ഷ എഴുതാതിരുന്നതിന് ക്ലാസ് ടീച്ചറുടെ വകയായി ശ്രുതി കുറേ ചീത്ത കേൾക്കേണ്ടിവന്നു. അവനെ അവിടെനിന്നും പുറത്താക്കുമെന്ന് അവളെ ഭീഷണിപ്പെടുത്തി.'

അരുൺ പോയിട്ട് ആഴ്ചയൊന്നു കഴിഞ്ഞു. പിന്നെ ഇന്നലെയാണ് അടച്ചിട്ടിരുന്ന ജനാലക്കൊളുത്തുകളിൽ നിലാവിന്റെ നിലവിളി കൈ തൊട്ടത്.

'അതുകൊണ്ട് ഒന്നും കേട്ടിട്ടില്ലെന്നു കരുതി നീ കിടന്നുറങ്ങൂ. അത് നിലവിളിയല്ല. വെറും നിലാവെട്ടം മാത്രമാണ്. ഒന്നോർക്കുക. ഈ നിലാവ് നമ്മെ വഴിതെറ്റിക്കാൻ നോക്കുകയാണ്.'

ഇരുട്ടത്ത് ഞാൻ തനിയെ പൊയ്ക്കളയുമെന്ന് പറഞ്ഞപ്പോൾ മടിച്ചുമടിച്ച് പിന്തുടരുകയായിരുന്നു. നിലാവ് ഒളിച്ചുപോയിരുന്നു. രാത്രിയുടെ ചാറ്റൽമഴ പേടിപ്പിച്ചു നോക്കി. അതൊന്നും ഏശിയില്ല. അപ്രത്തു വീടടുക്കുന്തോറും മടിച്ചു നിന്നുപോയ ആളെ മുമ്പിലെ നിഴലുകളിലേക്കു തള്ളി. വാഴക്കൂട്ടം പൊതിഞ്ഞുപിടിച്ചു. മുകളിൽ നിന്നും ഉണ്ണിക്കുട്ടന്റെ ഏങ്ങലടി പതിഞ്ഞ ശബ്ദത്തിൽ കേട്ടു. അവന്റെ ഏങ്ങലുകൾക്കു മീതെ പെയ്ത ശകാരവർഷം കേട്ട് അദ്ദേഹത്തിന്റെ തോളത്തേക്കു മുഖം ചേർത്തു. ആ ദുഷ്ടയെ പെറ്റതു ഞാൻ തന്നെയോ എന്ന് സംശയം തോന്നി. അന്നേരം മുകളിലെ ശബ്ദം കേൾക്കായി. ഒരാളുടെ മനസ്സിലുണ്ടാകുന്നത് മറ്റൊരാളുടെ തൊണ്ടയിലൂടെ വരുന്നതിൽ അതിശയിച്ചു.

'നീ എന്റെ മോൻ തന്നെയാണോന്നാ എനിക്കിപ്പം തോന്നണേ.

പ്രസവം കഴിഞ്ഞപ്പോ എന്റടുത്തൂന്ന് കൊണ്ടുപോയ നേഴ്സിനു പറ്റിയ കൈപ്പിഴയായിരിക്കുമെടാ. നീയിപ്പം കെടക്കണ്ടാ. മണി പതിനൊന്നായേ ഒള്ളൂ.'

അവളുടെ ശബ്ദം ഉച്ചത്തിലായി.

'എന്താടാ ഈ ബുക്കിലെഴുതി വച്ചിരിക്കുന്നേ.'

മുകളിലെ ജന്നൽ തുറക്കപ്പെട്ടു. ഇരുട്ടിൽ പെട്ടെന്ന് മുറിച്ചൊട്ടിച്ച ചതുരവെട്ടത്തിലേക്കു കണ്ണും നട്ടിരുന്ന അദ്ദേഹം വാഴക്കന്നുകളെ ചവിട്ടിക്കൊണ്ട് മുമ്പോട്ടോടി. വെള്ളപ്രാവിന്റെ ചിറകടിയുമായി എന്തോ താഴേക്കു പറന്നിറങ്ങുന്നത് കണ്ടു. താഴെ വീണത് പാതി കീറിയൊരു നോട്ടുബുക്ക് ആയിരുന്നു. നിവർത്തിപ്പിടിച്ച നോട്ടുബുക്കിലെ അക്ഷരങ്ങൾ നിലാവ് മറച്ചുപിടിച്ചു. ശ്രുതിയുടെ ശബ്ദം ജന്നലിലൂടെ താഴേക്കു ചാടി.

'നിനക്കു ചാവണോടാ? പറയെടാ.'

ഉണ്ണിക്കുട്ടനെ തല്ലുന്ന ശബ്ദം കേട്ടു. കുറേയേറെ അടി കൊണ്ടിട്ടും അവൻ നിശ്ശബ്ദനായിരുന്നു.

'എന്തിനാടാ നോട്ടുബുക്കിലങ്ങനെഴുതിയേ? ചാടെടാ. ജന്നലിക്കൂടെ ചാടിച്ചാവെടാ.'

വീണ്ടും അടി. ഒടുവിൽ കേട്ടു.

'വേണം. എനിക്കു ചത്താമതി.'

നിലാവ് മറച്ചുപിടിച്ച വാക്കുകളുമായി ആ വീടിന്റെ തുറന്നുകിടന്ന വാതിലിലേക്ക് പറക്കുകയായിരുന്നു.

'എന്റെ ഉണ്ണിക്കുട്ടനെ കൊല്ലല്ലേടീ.'

അലർച്ചയാണോ നിലവിളിയാണോ എന്നറിയാതെ പോയി. തളർന്നു വീണയാളുടെ അനക്കമറ്റ കൈയിൽ പിടിച്ചിരുന്ന നോട്ടുബുക്കിൽ നിറയെ കുത്തിവരകളും ഭയപ്പെടുത്തുന്ന കണ്ണുകളും. കുത്തിവരകളുടെ കാട്ടിലൊരു ചെന്നായ് വാപൊളിച്ചു പതുങ്ങിനിന്നു. കാട്ടിലെ പാറയിലെഴുതിയിരുന്നു. 'ഐ വാണ്ട് ടു ഡൈ.'

ചിത കത്തിക്കഴിഞ്ഞാണ് 'ഒളിഞ്ഞുനോട്ടക്കാരി' എന്ന അലങ്കാരം ചാർത്തിക്കിട്ടിയത്. ഇരുട്ടത്ത് പാത്തും പതുങ്ങിയും അയൽവീട്ടിൽ കേറി രഹസ്യങ്ങളറിയാനായി ശ്വാസം പോലും വിടാതെ വായും തുറന്നു നില്ക്കുന്നവർക്ക് ആ പേരു മാത്രമേ ചേരൂ എന്നാണ് ശ്രുതി പറഞ്ഞത്.

'സൊന്തം മോളാണെന്ന വിചാരമില്ലാത്ത ദുഷ്ടയാണല്ലോ സ്ത്രീയേ. നിങ്ങടെ ഒളിഞ്ഞുനോട്ടം കൊണ്ട് എന്റെ കുടുംബ ജീവിതമാ കീറുന്നത്.'

അതൊന്നും കേൾക്കാതെ അപ്പോഴും ചെറുതായി പുകഞ്ഞു കൊണ്ടിരുന്ന ചിതയിൽ നോക്കിയിരുന്നു.

'നമ്മടെ ഒളിഞ്ഞുനോട്ടക്കാരിക്ക് മിണ്ടാട്ടം മുട്ടി, അല്ലിയോ.'

ഉള്ളിലിപ്പോഴും നിന്റച്ഛനെരിയുന്നെന്ന് പറയാൻ തോന്നി. പുകഞ്ഞു പതംവന്ന വാക്കുകൾ പറയാനാവാതെ കണ്ണുംപൂട്ടിയിരുന്നു. ആ ഇരിപ്പിൽത്തന്നെ തലേരാത്രിയിലെ രംഗങ്ങൾ വീണ്ടുമോർത്തു. പകലാണെങ്കിലും നിലാവിന്റെ ശബ്ദം ഇപ്പോഴും കേൾക്കാനാവുന്നുണ്ട്.

○○

10
ഭൂനിലാവിൽ

നിറനിലാവുള്ള ഒരു രാത്രിയിൽ ചന്ദ്രനിൽ ക, ഖ, ഗ എന്നീ മൂന്ന് സുഹൃത്തുകൾ കണ്ടുമുട്ടി. അവർ അവിടെ എത്തിയിട്ട് അധികനേരമായിരുന്നില്ല. മൂവരും അപ്പോൾ പിറന്നുവീണ ശിശുക്കളെപ്പോലെ വിസ്മയിച്ച് ചുറ്റും കാണായ ശാന്തഗംഭീരമായ ആകാശം അങ്ങനെയങ്ങനെ നോക്കി നില്ക്കുമ്പോഴാണ് പരസ്പരം കണ്ടത്. അവർ ഭൂവാസം തീർത്തിട്ട് പ്രപഞ്ചത്തിന്റെ അനന്തവിസ്തൃതിയിലേക്കുള്ള യാത്രയിലായിരുന്നു. ഭൂമിയിൽ ജീവിച്ചിരുന്ന കാലത്തു നേടിയതെല്ലാം നഷ്ടപ്പെട്ടിട്ടും ആകുലതകളൊന്നുമേ ഏശാതെയായിരുന്നു അവരുടെ സത്യാന്വേഷണ യാത്ര.

'നോക്കെടാ. മാനത്തു തെളിഞ്ഞു നില്ക്കുന്നത് നമ്മൾ ജീവിച്ച ഭൂമിയാണെന്ന്പറഞ്ഞാൽ ആരെങ്കിലും വിശ്വസിക്കുമോ?'

അവർ അനന്തകോടി ആകാശഗോളങ്ങൾക്കിടയിൽ തിളങ്ങുന്ന ഭൂമിയെ നോക്കിയിരുന്നു. അങ്ങനെ സർവ്വം മറന്നിരിക്കുമ്പോൾ പെട്ടെന്നാണ് ഉപേക്ഷിക്കപ്പെട്ട ഒരു ചാന്ദ്രപേടകം 'ക' യുടെ കണ്ണിൽപെട്ടത്. ഭൂമിയിൽ നിന്നും ഏതോ ദരിദ്ര രാഷ്ട്രം പറത്തിവിട്ട ശൂന്യാകാശ വാഹനമായിരുന്നു പൊടിമൂടി തുരുമ്പെടുത്ത് അവിടെ കിടന്നത്. ഏറെ കഷ്ടപ്പെട്ട് ധനം ദുർവ്യയം ചെയ്ത്, വെറുതെ ഇന്ധനവും കത്തിച്ച് ലക്ഷക്കണക്കിനു കിലോമീറ്റർ അകലേക്ക് പൊളിഞ്ഞു പോകാനായി മാത്രം അങ്ങനെയൊരു ഉദ്യമത്തിൽ ഏർപ്പെട്ട ആ രാജ്യത്തെ ഓർത്ത് മൂവരും ഏറെ ചിരിച്ചു.

ക: ഒന്നും ചെലവാക്കാതെയാണ് ഞാൻ ഇവിടെ എത്തിയത്.

വിജയീഭാവത്തിലുള്ള അവന്റെ നോട്ടം കണ്ടപ്പോൾ 'ഖ'യ്ക്ക് ഇങ്ങനെയൊരു സംശയം ഉണ്ടായി: അയ്യോടാ. ഇതെന്റെ ഭൂമിയിലെ കൈക്കാരൻ ആ 'ക' തന്നെയല്ലേ. കുമ്പളങ്ങ കീറുന്നതു പോലെയല്ലേ അവനെ ഞാൻ തലങ്ങും വിലങ്ങും കുത്തിയത്. ഭാഗ്യം.

ഇരുട്ടായിരുന്നതിനാൽ എന്നെ അവൻ കണ്ടുകാണില്ല. ഓർത്താൽ ചിരി വരും. ചത്തവനും കൊന്നവനും ഒന്നിച്ച് ചന്ദ്രനിൽ തെളിഞ്ഞ ഭൂനിലാവിൽ ശാന്തരായിരിക്കുന്നു. 'ക'യ്ക്ക് എന്നെ മനസ്സിലായിട്ടില്ല.

ഖ: എടാ 'ക'. നീ എങ്ങനാ ചത്തേന്നറിയാമോ?

ക: ഇല്ലടാ ഉവ്വേ നമ്മൾ മൂന്നാളും കൂടി ഒരുത്തന്റെ പള്ള കീറി വലിച്ചെറിഞ്ഞത് ഓർമ്മയുണ്ട്. കിട്ടിയ 'കൊല്ലുകൂലി' മൂന്നായി വീതിച്ചെടുത്ത് നമ്മൾ പിരിഞ്ഞതല്ലോ. ഇരുട്ടത്ത് ഒറ്റയ്ക്ക് പോണവഴീൽ ആരോ ഓടിവന്ന് പുറം വെട്ടി പൊളിക്കുവായിരുന്നു.

ഖ: ആഹാ അവർ രണ്ടുപേരായിരുന്നു അല്ലേ?

ക: ആയിരിക്കും. പക്ഷെ അപ്പോൾ ഭയങ്കര ഇരുട്ടല്ലാരുന്നോ. അതുകൊണ്ട് ആരാണെന്ന് അറിയില്ലടാവ്വേ.

അതുവരെ മിണ്ടാതിരുന്ന 'ഗ' ഉറക്കെച്ചിരിച്ചു.

ഗ: അത് ഞങ്ങളാരുന്നെടാവ്വേ.

ക: പക്ഷേ എന്തിനായിരുന്നെടാ!

ഖ: അതോ. നീയില്ലേൽ ഞങ്ങൾക്ക് കാശ് രണ്ടായി വീതിച്ചാൽ മതിയല്ലോ.

അത് കേട്ട് 'ക'യ്ക്ക് ചിരിയടക്കാനായില്ല.

ക: എന്നിട്ടും നിങ്ങൾ രണ്ട് ആശാന്മാരും ഇവിടെ എത്തിയല്ലോ. അതെങ്ങനെയാണെന്നു കൂടി പറഞ്ഞ് താടാ.

ഖ: കാര്യം എനിക്കറിയില്ലടാ.

ഗ: 'ക'യെ കൊന്നിട്ട് പോകുന്ന വഴിക്ക് എനിക്ക് ഭയങ്കര വെള്ള ദ്ദാഹം തോന്നി. മാലതിയക്കന്റെ തട്ടുകട ദൂരെയായിട്ടും നീ പറഞ്ഞിട്ടാ ഞാനും അങ്ങോട്ടു വന്നത്. തട്ടുകടേലെ സ്ഥിരം പറ്റുകാരനായ നിന്നെ കണ്ടപ്പോൾത്തന്നെ മാലതിയക്കന്റെ പട്ടിക്കുട്ടി വാലാട്ടിക്കൊണ്ടോടിവന്ന് നിന്നെ സ്വീകരിച്ചത് ഓർക്കുന്നോ. ബഞ്ചേലിരുന്ന് ഓംലറ്റും കട്ടഞ്ചായേമടിച്ചോണ്ടിരുന്ന നീ അവരുടെ ഉമ്മ കൊതിച്ചു നിന്നപ്പോഴല്ലിയോ ഞാൻ 'വരുവാന്നേ'ന്നു പറഞ്ഞോണ്ട് ഇരുട്ടുവാക്കിനു മാറിനിന്നു പെടുക്കാൻ പോയത്. തിരിച്ചു വന്നപ്പോൾ കൈക്കൊതകിയൊരു വിറകു കഷ്ണം കിട്ടിയത് ഞാനങ്ങു പ്രയോഗിച്ചു. ചോരേക്കുളിച്ചു കിടന്ന നിന്റെ കാശുമെടുത്തോണ്ട് ഞാനോടാൻ തുടങ്ങുവായിരുന്നു. ആ പട്ടിക്കുട്ടി എന്റെ മുണ്ടിൽ കടിച്ചുതൂങ്ങി ബഹളമുണ്ടാക്കി. വീണ്ടും ആ വെറകു കഷ്ണമെടുത്ത് മണ്ടയ്ക്കൊരു വീക്കു വച്ചു കൊടുത്ത് അതിന്റെ കടീം തീർത്തു.

ഖ: ഓംലറ്റ് തിന്നു തീർന്നില്ലെന്നും കട്ടൻചായ തട്ടിമറിഞ്ഞെന്നും മാത്രമോർക്കുന്നു. കണ്ണു തുറന്നപ്പോൾ കനം കുറഞ്ഞു വന്ന മേഘലങ്ങളിലൂടെ ഞാനിങ്ങോട്ടു പറക്കുന്നതറിഞ്ഞു. അപ്പോൾ ഞാൻ ചത്തത് നീ കണ്ടു.

ഗ: കാണുമല്ലോ. കൊന്നത് ഞാനല്ലേ കാണാതിരിക്കാൻ പറ്റുമോ.

ക: അതെന്തിനാടാ അവനെ കൊന്നത്?

ഗ: എടാ 'ക'. നിന്നെ കൊന്നതിന്റെ ഒരേയൊരു ദൃക്സാക്ഷിയല്ലിയോടാ ഇവൻ. മാലതിയക്കന്റെ തട്ടുകടേൽ ചത്തുവീണ നമ്മുടെയീ 'ഖ'. അതുപോട്ടെ. നിങ്ങൾ രണ്ടുപേർക്കും എന്നോട് ഇപ്പോൾ വെറുപ്പ് തോന്നുന്നുണ്ടോ?

'ക'യും 'ഖ'യും കൈകളുയർത്തി ഭൂനിലാവിന്റെ അതിശൈത്യമാർന്ന ചിരിയോടെ 'ഗ'യെ കെട്ടിപ്പിടിച്ച് ഉമ്മവച്ചു.

ക: ഇല്ലെടാ. എനിക്ക് ഈ യാത്ര ഒപ്പിച്ചു തന്ന നിങ്ങളോട് തണുത്ത ഈ നിലാവു പോലെ സ്നേഹം തോന്നുന്നു.

ഖ: എനിക്കും. എന്നാൽ നീയെങ്ങനെ ചത്തെടാ 'ഗ'?

ഗ: ഒക്കെ ഓർക്കുന്നു. മാലതിയക്കനും നീയും കൂടി ഒന്നിച്ചു ജീവിക്കാനുള്ള തീരുമാനം അവരുടെ നിലവിളിയിലൂടെയാ ഞാനറിഞ്ഞത്. എനിക്കും വല്ലാത്ത കുറ്റബോധമുണ്ടായി. അവരോടു ക്ഷമ ചോദിച്ചിട്ട് ആ കാശെല്ലാം അവർക്കു കൊടുത്തിട്ടു ഞാൻ തിരിച്ചു പോകാൻ തുടങ്ങി. നിന്റെ ശവം അവിടെ കിടന്നാൽ പ്രശ്നമാവുമെന്നും അത് കുഴിച്ചിടാൻ സഹായിക്കമെണമെന്നും പറഞ്ഞ് മാലതിയക്കൻ എന്റടുത്ത് കരച്ചിലും തൊഴീലുമായിരുന്നു. എനിക്കപ്പോൾ നിന്നോട് അതുവരെ ഉണ്ടായിരുന്നതിനേക്കാൾ സ്നേഹം തോന്നിയെടാ. തലേക്കെട്ടഴിച്ച് തോളിലിട്ടിട്ട് കണ്ണടച്ച് കൈകൂപ്പി ഞാനവിടെ ഏറെനേരം നിന്നു. കൊന്നതാണെങ്കിലും ശവത്തെ ബഹുമാനിക്കാൻ പഠിച്ചവരല്ലേ മനുഷ്യരായിരുന്ന നമ്മളൊക്കെ. അതാടാ മനുഷ്യന്റെയൊരു നന്മമനസ്സ്. ചോരയൊഴുക്കി ചത്തുമലച്ചു കിടന്ന നിന്നെ ഞങ്ങൾ കുഴിച്ചിട്ടു. എന്റെ ക്ഷീണം മാറ്റാനായി മാലതിയക്കൻ അലമാരിയിൽ സൂക്ഷിച്ചിരുന്ന റമ്മുകുപ്പി എനിക്കു വേണ്ടി തുറന്നു. തലയ്ക്കു പിടിച്ച റമ്മിന്റെ നിലാവിലൂടെ അവരെന്നോട് പറഞ്ഞത് ഞാനിപ്പോഴും ശരിക്കും ഓർക്കുന്നെടാ. റമ്മിൽ വിഷം ചേർത്ത് മാലതിയക്കൻ എന്നോട് പ്രതികാരം തീർത്തതാ. അങ്ങനെ ഞാനും പറന്നു പോന്നു.

അവർ ചിത്രകഥയിലെ മൂന്നു കഥാപാത്രങ്ങളെപ്പോലെ താള

ത്തിൽ തുള്ളിത്തുള്ളി നടന്ന് പൊടി മൂടിക്കിടന്ന ചാന്ദ്രശകടത്തിന്റെ അടുത്തേക്കു ചെന്നു. ഒരാൾ ചാന്ദ്രധൂളിയിലൂടെ അതു വലിച്ചുകൊണ്ടു നടന്നു. മറ്റു രണ്ടുപേർ അതിൽ കയറിയിരുന്നു. ഭൂമിയിലെ ചില കൊടിയ തമാശകളുമായി അവർ ആ നിലാരാത്രി കഴിച്ചുകൂട്ടാൻ തീരുമാനിച്ചു. വിശപ്പും ദാഹവും ക്ഷീണവും മനുഷ്യരുമില്ലാത്ത ശാന്തതയിലൂടെ അവർ എങ്ങോട്ടെന്നില്ലാതെ നീങ്ങി. ചന്ദ്രന്റെ മറുവശത്ത് എപ്പോഴും ഭയങ്കര ഇരുട്ടാണെന്നു കേട്ടിട്ടുണ്ടെങ്കിലും ഒന്നു പരീക്ഷിക്കാൻ തന്നെ അവർ തീരുമാനിച്ചു. ഭൂവാസികളുടെ എല്ലാ വിശ്വാസങ്ങളെയും തകിടം മറിക്കുന്നതായിരുന്നു അവരുടെ അപ്പോഴത്തെ അനുഭവം. കുറ്റാക്കുറ്റിരുട്ടു പ്രതീക്ഷിച്ചെത്തിയ അവരുടെ കണ്ണുകളിലേക്ക് കനത്ത വെയിലിന്റെ തീവെട്ടവും ചൂടും പതിച്ചു.

അവർ വണ്ടി പുറകോട്ടു വലിച്ചു കൊണ്ടോടി.

'മച്ചാമ്മാരേ ഓടിക്കോ.'

എന്താണ് സംഭവിച്ചതെന്ന് മനസ്സിലായ 'ക' വിളിച്ചുപറഞ്ഞു.

ഭൂമിയിലെ കാഴ്ചകളും വിശ്വാസങ്ങളുമെല്ലാം ആപേക്ഷികമാണെന്ന് അയാൾ അവർക്ക് മനസ്സിലാക്കിക്കൊടുത്തു. ഭൂമിയിൽനിന്ന് കാണാൻ കഴിയാത്ത ഇടങ്ങളെ മറ്റിടങ്ങളിൽ നിന്നും കാണാൻ കഴിയില്ലെന്നത് അന്ധവിശ്വാസമാണെന്ന് അവർക്കു വെളിവായി.

നിലാവിൽ അപ്പോൾ ഒരു പെണ്ണിന്റെ പൊട്ടിച്ചിരി കേട്ട് അവർ വണ്ടി നിർത്തി. കനത്തൊരു മഞ്ഞുപ്രതിമ നിലാവിലലിഞ്ഞു കൊണ്ടിരിക്കുന്നതു കണ്ട് അവർ അതിശയിച്ചു. മഞ്ഞഴിഞ്ഞു പോയപ്പോൾ അവിടെ മാലതി പ്രത്യക്ഷപ്പെട്ടു. അതിശയിക്കുന്നതും തൊഴുതു വീഴുന്നതുമൊക്കെ ഭൂമിയിലെ മനുഷ്യരുടെ പ്രകടനങ്ങളായിരുന്നു എന്ന് അവർക്കു തോന്നി. എന്നിട്ടും മാലതി അവിടെ എങ്ങനെ എത്തിച്ചേർന്നെന്ന് അവർ ആലോചിച്ചു കൊണ്ടിരുന്നു. മാലതി ഭൂനിലാവായി വീണ്ടും ചിരിച്ചു. അവൾ 'ഗ'യെ നോക്കിപ്പറഞ്ഞു.

'സംശയിക്കേണ്ടെടാ. റമ്മിൽ വിഷം ചേർത്തതു നിന്നെ കൊല്ലാൻ മാത്രമല്ല. എന്റെ പ്രിയപ്പെട്ടവനില്ലാത്ത ഭൂമി എനിക്കും വേണ്ടാന്നു ഞാനങ്ങു തീരുമാനിച്ചു. എന്റെ കുഞ്ഞിപ്പട്ടിയെയും നീ കൊന്നില്ലേ. റമ്മിൽ പാതി നിനക്കും പാതി എനിക്കും. അതായിരുന്നു എന്റെ തീരുമാനം. കണ്ടില്ലേ. ദാ. ഞാനിപ്പോ വന്നിറങ്ങിയതേയുള്ളൂ.'

അപ്പോൾ നിലാമഞ്ഞിന്റെ ഒരു കീറലിലൂടെ സൗമ്യഭാവമുള്ള

ഒരു കുഞ്ഞുപട്ടി അവരുടെ മുമ്പിലെത്തി പൂഴിയിൽ കുത്തിമറിഞ്ഞു കളിച്ചു. 'ഖ'യ്ക്ക് ഒന്നും വിശ്വാസം വന്നില്ല. ഭൂമിയിലെ വികാരങ്ങൾ അവിടെ ഉപേക്ഷിച്ച് പോരാൻ കഴിയില്ലേ എന്നയാൾ മാലതിയോട് ചോദിച്ചു. അതൊക്കെ അപ്പോഴേ മറന്നുപോയെന്നായിരുന്നു അവളുടെ മറുപടി.

ഖ: നേരാ. പോരെങ്കിൽ എത്രയേറെ അറിവുകളാണ് ഭൂമി ഉപേക്ഷിച്ചപ്പോൾ നമുക്കുണ്ടായത്.

അപ്പോൾ ചക്രവാളസീമയിൽ വെളിച്ചമുണ്ടായി. അവർ നാലുപേരും ഒന്നിച്ചു പറഞ്ഞു: അയ്യോടാ. ഇവിടെ സൂര്യനുദിക്കുവാണല്ലോ. ഇനീം രണ്ടാഴ്ച പൊരിഞ്ഞ വെയിലാ. ഈ തണുപ്പ് സ്വപ്നം കാണാൻ പോലും പറ്റില്ല.

ചൂട് അസഹ്യമാവുമെന്നതിനാൽ അവിടെ അവർക്ക് അധിക നേരം തങ്ങാൻ കഴിയില്ല. അവർ ആ ചാന്ദ്രവാഹനം ഉപേക്ഷിച്ച് അടുത്ത ലക്ഷ്യത്തിലക്ക് പോകാൻ തയ്യാറായി. നാലുപേരും കൈകൾ കോർത്തുപിടിച്ച് ആയിരം കോടി പ്രകാശവർഷം അകലെയുള്ള ചത്തുപോയൊരു നക്ഷത്രത്തിലേക്ക് നോക്കി നിന്നു. അവരുടെ കാൽമടമ്പുകളെ ഉരുമ്മി ആ കുഞ്ഞിപ്പട്ടിയുമുണ്ടായിരുന്നു. അവരെല്ലാം കൂടി വട്ടംവട്ടം കറങ്ങിക്കൊണ്ട് ഇളം കുഞ്ഞുങ്ങൾക്കു ചേർന്ന ചിരിയോടെ മുകളിലേക്കൊരു കുന്തളിപ്പ്. മനുഷ്യരെയും മൃഗത്തേയും വേർതിരിക്കാനാകാത്തവിധം ഒന്നായി ഒരു മൂടൽമഞ്ഞായി അവർ മാറിക്കഴിഞ്ഞിരുന്നു.

ആയിരം കോടി പ്രകാശവർഷത്തിനപ്പുറം ചത്തുപോയ നക്ഷത്രത്തിൽ അവരെത്തിയിട്ട് ബാക്കി വിശേഷങ്ങൾക്കായി നമുക്ക് കാത്തിരിക്കാം.

○○

11

ആകാശം ഭൂമിയെ തൊടുന്നു

ഡൽഹിയുടെ ആകാശത്തേക്ക് വിമാനം കുതിച്ചുയർന്നപ്പോൾ രമ്യയുടെ ഓർമ്മയിലേക്ക് പഴയൊരു രാത്രികാല കടൽത്തീരം പറന്നിറങ്ങി.

സൂര്യൻ കെട്ടുപോയതോർത്ത് വികാരപ്പെട്ട് കടല തിന്നുന്ന മനുഷ്യരെക്കൊണ്ട് കടലോരത്തെ വിശാലമായ പാർക്ക് നിറഞ്ഞിരുന്നു. താഴെ, പ്രണയികൾക്കു വേണ്ടി ഇരുണ്ടുപോയ പൂഴിയിൽ അവളും രമേശും. ഇടയ്ക്കിടെ വന്ന് കാലുകളിൽ തൊട്ടും തലോടിയും പോകുന്ന കടൽത്തിര. കുഴഞ്ഞ കടൽമണ്ണിൽ രമേശിനെ കെട്ടിപ്പിടിച്ചു കിടന്നു. അവന്റെ ചുണ്ടിൽ ഉമ്മവച്ചുകൊണ്ടിരുന്നു.

'നിന്റെ കൈകൾ എന്റെ മേലാകെ ഓടി നടന്നത് എന്തു കണ്ടുപിടിക്കാനായിരുന്നെടാ.'

'നിന്നിലെ അറിയപ്പെടാത്ത മേഖലകളെല്ലാം കണ്ടുപിടിച്ചേ ഞാനടങ്ങൂ.'

'നിന്നെ പ്രണയിച്ച് എനിക്കു മതിയായില്ലെടാ. നമ്മക്കീ കടലിന്റകത്തേക്ക് കെട്ടിപ്പിടിച്ചോണ്ട് നടന്നുപോകാം.'

അപ്പോഴേക്കും പാർക്കിലെ വെള്ളിവെളിച്ചത്തിൽ നിന്നും പ്രശാന്ത് താഴേക്ക് ചാടിയിറങ്ങി ചെന്നിരുന്നു.

'രമേശാ മതി. പൂവ്വാം. നാളെ നിനക്ക് പത്തുപതിനഞ്ച് മീറ്റിംഗുണ്ട്. നാളേം രാത്രിയുണ്ടല്ലോ.'

ഇരുട്ടിൽ പതഞ്ഞുയരുന്ന കടൽത്തിരകളെ തിരിഞ്ഞു നോക്കി നോക്കി പ്രശാന്തിന്റെയും രമേശിന്റെയും കൈകളിൽ തൂങ്ങിയാണവൾ കാറിനടുത്തേക്ക് വേച്ചുവേച്ചു നടന്നത്.

'രമേശാ, നീയെന്നെ എങ്ങോട്ടു വേണേലും കൊണ്ടുപോടാ. നിന്നെ എനിക്കത്രേം ഇഷ്ടമാടാ.'

ബീച്ച് ഹോട്ടലിന്റെ ബാറിലേക്ക് ആർത്തിയോടെ നോക്കിക്കൊ

ണ്ട് അന്ന് പറഞ്ഞതായി അവളോർത്തു. അതുവരെ കൂടെക്കൊണ്ടു നടന്നിരുന്ന നാണം എവിടെപ്പോയെന്ന് അവൾക്ക് മനസ്സിലായില്ല.

'എടാ. നമ്മക്കാ ബാറിൽ ഒന്നൂടെ പോവാമെടാ.'

രമേശ് വലിച്ചുകൊണ്ടിരുന്ന സിഗററ്റ് കൊടുത്തു.

'ഇനീം നാളെ രാത്രി. തല്ക്കാലം ഇതങ്ങു പിടിപ്പിക്കെടീ. ബസ്റ്റ് കിക്ക് കിട്ടും.'

പെട്ടെന്ന് അവളുടെ ചിന്തകൾ ആ രാത്രികാല കടൽത്തീരത്തിൽ നിന്നും വിമാനത്തിനുള്ളിലേക്ക് തിരികെ പറന്നുചെന്നു. ആകാശം കീറിയെറിഞ്ഞ പഞ്ഞിമേഘങ്ങളെ വിട്ട് വിമാനത്തിന്റെ മുരൾച്ച ഏതോ ഗിരിശൃംഗങ്ങളെ കടന്നുപോയി. എത്ര പെട്ടെന്നാണ് അതിരുകൾ മായുന്നതും പുതിയവ ഉണ്ടാകുന്നതുമെന്ന് അവളാലോചിച്ചു. വിമാനത്തിനുള്ളിലെ തണുപ്പിന്റെ നേർത്ത പ്രകമ്പനം അവളറിഞ്ഞതേയില്ല. ഒരു ജീവിതകാലത്തേക്കുള്ള ഏകാന്തതയും ആത്മനിന്ദയും കൂട്ടിനുണ്ടായിരുന്നു. ഒരു നഷ്ടപ്രണയം എത്രമാത്രം ഒരുവളെ കാർന്നുതിന്നുന്നു. ലോകത്തിന്റെ മുഴുവൻ ശ്രദ്ധാകേന്ദ്രമായ ഒരു വിചിത്രജന്തുവായി അവൾ സ്വയം നിനച്ചു.

ഒരു മാസം മുമ്പ് ഡൽഹിവാസം തുടങ്ങിയ ആദ്യ ദിവസം ഇടനാഴിയിൽ പരിഹാസം കേട്ടത് കാതുകളിൽ ഉറകൂടിയിരിപ്പുണ്ട്.

'ഇതാണ് പ്രശാന്തിന്റെ ഫ്ളാറ്റ്. രമേശ്സാറാ എല്ലാം ഏർപ്പാടാക്കിക്കൊടുത്തേ. ഭാര്യേപ്പോലും.'

ആ സംഭാഷണത്തിലേക്ക് തുറന്ന വാതില്ക്കൽ രണ്ടു മലയാളി യുവാക്കൾ വിനയത്തോടെ തൊഴുതുനിന്നു.

'ചേച്ചീ എന്തു സഹായത്തിനും ഞങ്ങളുണ്ട്. പാർട്ടീന്നുള്ള നിർദ്ദേശമാ.'

പണ്ടേ അടിമയാണ് പ്രശാന്ത്. നേതാവിന്റെ സ്തുതി പാടിപ്പാടി അവൻ നിർവൃതികൊള്ളുകയാണ്. ഒരിക്കൽ കോളേജിന്റെ ഇടനാഴികളെ പ്രകമ്പനം കൊള്ളിച്ച മുദ്രാവാക്യങ്ങളാണ് രമേശിലേക്ക് അവളെ ആകർഷിച്ചത്. ഇരമ്പിപ്പായുന്ന ഒരു തീവണ്ടിയുടെ എൻജിൻ പോലെയാണ് അയാൾ എന്ന് തോന്നിയിരുന്നു. അതേപ്പറ്റി ഐസ്ക്രീം പാർലറിൽ വച്ച് അവൾ പൊട്ടിച്ച തമാശയുടെ പതയുമായി അയൽക്കാരൻ പ്രശാന്ത് അവിടെ നിന്നും പാഞ്ഞുപോയി. പ്രശാന്തിന്റെ ഓട്ടം അന്ന് ഇല്ലാത്ത തീവണ്ടിപ്പാളങ്ങളിലൂടെ രമേശിന്റെ എൻജിനിൽ അവളെ കൊളുത്തിയിടുകയായിരുന്നു. പ്രണയത്തീവണ്ടിയുടെ മൂന്നു കൊല്ലത്തെ ഓട്ടം കഴിഞ്ഞപ്പോഴാ

ണ് അച്ഛനറിഞ്ഞത്. ഒരു രാത്രിയെ വെളുപ്പിച്ചുകൊണ്ട് അച്ഛന്റെ കാർ എത്തും വരെ രമ്യ കാത്തിരുന്നു. സൗമ്യമധുരമായ വിളിയോടെയുള്ള അച്ഛന്റെ തുടക്കം ചാതുർവർണ്യത്തെ കുറിച്ചുള്ള പ്രഭാഷണമായി പരിണമിച്ചു.

'അവന്റെ വീട്ടീന്ന് നീ എങ്ങനെ മോളേ, വെള്ളം കുടിക്കണത്.'

ഒന്നും മിണ്ടാതിരുന്ന രമ്യയെ ലക്ഷ്യമിട്ട് എവിടെ നിന്നോ വെള്ളമില്ലാത്ത ഒരു കുടം ഉരുണ്ടു വന്ന് കാൽക്കലെത്തി കുമ്പിട്ടു കിടന്നു. അച്ഛന്റെ വിരലുകൾ സെൽഫോണിനെ താലോലിച്ചുണർത്തി.

'മാഷേ രമേശെന്നാ അവന്റെ പേര്. എന്റെ മോളെ സ്ഥിരമായിട്ട് ശല്യം ചെയ്യുന്നു. വേണ്ടത് ചെയ്യണം. മറ്റേ പാർട്ടിയുടെ യുവനേതാവാ. അതുകൊണ്ട് സൂക്ഷിച്ചു വേണം എന്തെങ്കിലും ചെയ്യാൻ.'

അധികം കാത്തിരിക്കേണ്ടി വന്നില്ല. ഫോൺ മണിമുഴക്കി.

'പറയൂ മാഷേ.'

'നേരോ എന്നാൽ ഞാൻ പറഞ്ഞത് തൽക്കാലം മറന്നേക്കൂ തെരഞ്ഞെടുപ്പ് ഫലം അറിയട്ടെ. പിന്നെ നമുക്ക് തീരുമാനിക്കാം ചിലപ്പോൾ എല്ലാം നല്ലതിനായാലോ?'

നല്ലതല്ലാത്തതായി ഒന്നുമില്ല എന്ന് അച്ഛൻ പാഠം ചൊല്ലി.

'രമേശനാ നമ്മുടെ പാർട്ടിയുടെ സ്ഥാനാർത്ഥിയായി നിൽക്കുന്നത് അവൻ നമ്മുടെ പാർട്ടിയിൽ ചേർന്നെന്ന്. അതിശയമായിരിക്കുന്നു.'

അച്ഛന്റെ പാർട്ടി ജയിക്കാത്ത സീറ്റിൽ രമേശ് വിജയക്കൊടി പാറിച്ചു. അയാളുടെ ആദ്യ ലോകസഭാ പ്രസംഗം അങ്ങനെ ചരിത്രവുമായി. ഭാവി മരുമരുമകനായി അവൻ അച്ഛന്റെ മനസ്സിൽ കയറി ഇരിപ്പായി. അവൾ പലതവണ ശ്രമിച്ചിട്ടാണ് രമേശിനെ ഫോണിൽ കിട്ടിയത്.

'വളർത്തിയ പ്രസ്ഥാനത്തെ ഒരു സീറ്റിനു വേണ്ടി ഉപേക്ഷിച്ചത് ശരിയായില്ല.'

രമേശൻ ചിരിച്ചുല്ലസിച്ചു.

'ജനങ്ങളാണ് ജനാധിപത്യത്തിന്റെ നേരധികാരികൾ. അവരാവശ്യപ്പെടുന്നു ഞാൻ ചെയ്യുന്നു. വേറെ വിശേഷം ഒന്നും ഇല്ലല്ലോ. അപ്പോ ഓക്കേഡി. കാണാം.'

'നില്ലെടാ. രാഷ്ട്രീയക്കാരിയല്ലാത്തോണ്ട് ചോദിക്കുകയാ. എനിക്കിനി കാത്തിരിക്കാൻ വയ്യ. നീ വന്നു പറഞ്ഞാൽ മതി. അച്ഛനുമ

മ്മേം ഇപ്പം നമ്മടെ കല്യാണത്തിന് റെഡിയാ. നീ എപ്പോഴാ വരുന്നേ.'

'അറിയിക്കാമെടി. അല്ലെങ്കിത്തന്നെ ഇനീം നമ്മക്ക് പുത്തനായൊന്നും അറിയാനും ചെയ്യാനുമില്ലല്ലോ.'

ധൃതിപിടിച്ച അച്ഛൻ ഒരു ദിവസം പ്രശാന്തിന്റെ വണ്ടി തടഞ്ഞു നിർത്തി. അവൻ ഡൽഹിയിലെ പാർട്ടിത്തിരക്കിൽ നിന്നും ഒന്നു ശ്വാസം വിടാനായിട്ട് ഓടിവന്നതായിരുന്നു. അപ്പോഴാണ് രമ്യേടച്ഛന്റെ പുന്നാരം. ആരും കേൾക്കാതെ 'ദൈവമേ പെട്ടു' എന്നു പറഞ്ഞുകൊണ്ടാണ് അവനന്ന് രമ്യേടെ മുറ്റത്തെത്തിയത്.

'പ്രശാന്തേ പെണ്ണിന് പ്രായമായി വരുവാ. അവൻ എംപി ആയപ്പോൾ എല്ലാം മറന്നുകാണുമോ.'

'ഞാനന്വേഷിക്കാം അങ്കിളേ.'

അധികാരത്തിനു മുമ്പിൽ അച്ഛന്റെ ചാതുർവർണ്യ വ്യവസ്ഥകൾ അഴിഞ്ഞുവീണതോർത്ത് അവൾക്ക് ചിരി വന്നു. പ്രശാന്ത് ആക്സിലറേറ്റർ ചവിട്ടി പറന്നു. കാത്തിരുപ്പിനൊടുവിൽ രമേശിന്റെ വിളി എത്തി.

'രമ്യ എല്ലാം മറക്കണം നമ്മുടേത് വേറെ വേറെ വഴികളാണ്.'

അടുത്ത ദിവസം പ്രൂൺ ചെയ്തു നിർത്തിയ പട്ടുറോസാച്ചെടി നിറയെ പൂത്തുലഞ്ഞതു നോക്കി നെടുവീർപ്പിട്ട് നിൽക്കുമ്പോഴാണ് പ്രശാന്ത് പാറി വീണത്.

'എന്റെ നേതാവാണെങ്കിലും അവനെ വിശ്വസിക്കാൻ കൊള്ളില്ലെടീ.'

'അവന്റെ ചൂണ്ടയിലെന്നെ കൊളുത്തിയത് നീയല്ലേടാ. എന്നിട്ടിപ്പോൾ?'

രമ്യയുടെ അലർച്ച വീട്ടിൽ നിന്നും അമ്മയെയും അച്ഛനെയും വലിച്ചിറക്കി.

'എന്താ എന്താണ്. അകത്തുപോയി സംസാരിക്കാം.'

വീട്ടിനുള്ളിലെ ഇരുണ്ട തണുപ്പിൽ വീട്ടിയിൽ കടഞ്ഞുണ്ടാക്കിയ കസേരയിൽ രമ്യയുടെ അച്ഛൻ സ്വയം പ്രതിഷ്ഠിച്ചു. വലതുവശത്തായി കടുംചിന്തയിട്ടുറപ്പിച്ച ഉപദേവതയായി അമ്മ നിന്നു.

'പ്രശാന്തേ നിന്റെ രമേശൻ നേതാവിന്റെ ചങ്ക് ഉണ്ടാക്കിയത് കല്ലുകൊണ്ടാണോടാ.'

പ്രശാന്ത് തണുപ്പുള്ള തറയിലേക്ക് കണ്ണുതാഴ്ത്തി. അവൻ അമർത്തിവെച്ചിരുന്ന ഒരു കോട്ടുവായിട്ടു. മുറിയിൽ സ്കോച്ച് വിസ്കിയുടെ ഗന്ധം നിറഞ്ഞത് അവനൊഴികെ എല്ലാവരെയും

ചെടിപ്പിച്ചു.

'അങ്കിളേ അവന്റെ സാഹചര്യം അതാ നമ്മൾ എന്ത് ചെയ്യും.'

രമേശിന്റെ സാഹചര്യത്തെക്കുറിച്ച് മൗനമായി ചിന്തിച്ചു കൊണ്ടിരുന്ന ആ മൂവരെയും രമ്യ ഉണർത്തിയെടുത്തു.

'എന്തോന്ന് സാഹചര്യം നിന്നോട് ഒറ്റയ്ക്ക് പറയാനുണ്ട് വെളിയിലോട്ടു വാ.'

വെളിയിൽ മരച്ചോട്ടിലെ തണുത്ത അന്തരീക്ഷത്തിൽ അവൻ വെട്ടിവിയർത്തു.

'നിന്റെ എംപീക്കെതിരെ ഞാൻ കേസ് കൊടുക്കും. പത്രക്കാരെ വിളിച്ചുകൂട്ടും. അവനൊരുക്കിയ ചതിക്കുഴികളെക്കുറിച്ചെല്ലാം ഞാൻ പറയും. നീയൊരു പോംവഴി പറയെടാ പ്രശാന്ത്. അല്ലെങ്കിൽ നീയും കൂട്ടുപ്രതിയാണ് ഒരാഴ്ച സമയം തരും.'

ഒരാഴ്ച തീരുന്ന ഞായറാഴ്ച പ്രശാന്ത് വീണ്ടും എത്തി. ധൈര്യത്തിനായി അവൻ കൂടുതൽ പെഗ് അടിച്ചിരുന്നു. റോസാച്ചെടികൾക്കിടയിൽ പ്രശാന്ത് ദയനീയ സങ്കടം ചൊല്ലി.

'നിന്നെ അവനു വേണ്ടെന്ന്. അവൻ എന്തും നേരിട്ടോളാമെന്ന്. പെണ്ണേ നീ കേസ് കൊടുത്താൽ എനിക്കും പണി കിട്ടും. അതുകൊണ്ട്...'

'അതുകൊണ്ട് എന്താ പേരുകേൾപ്പിച്ച എന്നെ നീ കെട്ടുമോ. പറയെടാ നീ കെട്ടുമോ. നീയാണേൽ അച്ഛന്റെ ചാതുർവർണ്യ പ്രശ്നവും പോകുമല്ലോ.'

'വിസ്കിയടിച്ചത് വെറുതെ ആയല്ലോ ദൈവമേ.'

അയാളുടെ ഉള്ളിലെ ലഹരി അപ്പാടെ ഒഴിഞ്ഞുപോയി. അവൻ കേസ് ഒഴിവാക്കാൻ എന്തിനും തയ്യാറായിരുന്നു.

വാസ്തുവിനെ കബളിപ്പിക്കാനായി മുറ്റത്തിന് ചുറ്റും കെട്ടിയ അരമതിലിൽ ഏറെ നേരം ഇരുന്നിട്ടാണ് പ്രശാന്ത് തിരിച്ചുപോയത്.

തവിട്ടു നിറമുള്ള കട്ടിക്കടലാസുകൊണ്ടുണ്ടാക്കിയ താളിയോലയിലെ വിവാഹക്ഷണപത്രം തുറന്നുനോക്കിയിട്ട് രമേശ് സന്തോഷവാനായി ചിരിച്ചെന്നും കെട്ടിപ്പിടിച്ചെന്നും പ്രശാന്ത് പറഞ്ഞു. ആ പരിഹാസപ്പൂപ്പുഞ്ചിരി രമ്യക്ക് കാണാപ്പാഠം. അതിന്റെ അർത്ഥം അവൾ ഇങ്ങനെ വ്യാഖ്യാനിച്ചു.

'നീ കൊണ്ടുപോയി തിന്നെടാ പ്രശാന്തേ.'

എന്നും അവന്റെ അടിമയാണ് പ്രശാന്ത്. റിസോർട്ടുകളിൽ നിന്നും റിസോർട്ടുകളിലേക്ക് എതിർകക്ഷിയിലെ ഭിക്ഷാംദേഹിക

ളെ മാറ്റുന്ന ചുമതലയായിരുന്നു അവന്. ഫ്ളാറ്റിലെത്തിയതിന്റെ പിറ്റെ ദിവസം രാവിലെ പോയതാണ്. രാത്രിയിലെ ഉറക്കം നഷ്ടപ്പെടുത്താനുള്ള ഫോൺ വിളികളെ രമ്യ ദാമ്പത്യമെന്നു വിളിച്ചു. എന്നും രഹസ്യയോഗങ്ങളിലായിരുന്നു പ്രശാന്ത്. എന്തു സഹായത്തിനും ഓടിയെത്തുന്ന രണ്ട് മലയാളി ഗുണ്ടകളുടെ കൂർക്കംവലിയുടെ ആരോഹണാവരോഹണങ്ങളുടെ താളത്തിൽ തലസ്ഥാനത്തെ പുക നിറഞ്ഞ അന്തരീക്ഷം നൽകിയ ശ്വാസംമുട്ടലോടെ രമ്യ ഒരായുസ്സിന്റെ ഡയറി എഴുതിത്തീർത്തു.

പ്രശാന്തേ. നിന്നെപ്പോലുള്ള ഒരടിമേടെ ഭാര്യയായി അഭിനയിക്കാൻ വയ്യാ. ഞാൻ തിരിച്ചുപോകുന്നു. നീയിവിടെ തുടരുക. നിന്റെ വിനീതവിധേയരായ ഗുണ്ടകളെക്കൊണ്ട് വിമാനടിക്കറ്റ് തഞ്ചത്തിൽ തരപ്പെടുത്തി.

ആകാശച്ചുഴിയിൽപ്പെട്ട് അവളുടെ വിമാനം കുതറിച്ചാടി. വെറും മനുഷ്യരുടെ സംഭ്രമശബ്ദങ്ങളിലേക്ക് ഉച്ചഭാഷിണിയിലൂടെ സാന്ത്വനം ഒഴുകിവീണു. എല്ലാം ഭദ്രം. ഭയരഹിതമായിരിക്കൂ. തിരശ്ചീനമായ ആകാശപാതയിലൂടെ വീണ്ടും പറക്കൽ.

ലാന്റ് ചെയ്യുന്നതിനുള്ള അറിയിപ്പു മുഴങ്ങി. ആകാശം ഭൂമിയെ തൊടുമ്പോഴുള്ള അനുഭൂതി ഒരിക്കൽക്കൂടി അവളുടെ സിരകളിൽ തരിച്ചുകയറി. വീട്ടിലേക്കുള്ള വണ്ടിയെക്കുറിച്ചാലോചിച്ചു കൊണ്ട് നടന്ന അവളെ തള്ളിമാറ്റിക്കൊണ്ട് ഒരു സംഘം സുരക്ഷാഭടന്മാരെത്തി. ആൾദൈവത്തെപ്പോലെ പരിവാര സമേതനായി ഒരാളെ വെളിയിലേക്ക് ആനയിക്കുന്നത് കണ്ടു. കുറേ നാളായി കാണാനാഗ്രഹിച്ചിരുന്നതാണ്. ആൾക്കൂട്ടത്തെ ഉപേക്ഷിച്ച് നേതാവും കൂട്ടരും പ്രത്യേക വാഹനത്തിൽ കയറിപ്പോയി.

പരിചയമുള്ള ഒരു പത്രക്കാരനെ കണ്ട് അവൾ തോൾബാഗ് തുറന്നു. ഡയറിയെടുത്ത് പത്രക്കാരന് കൊടുത്തിട്ട് ചുറ്റും മുഴങ്ങുന്ന മുദ്രാവാക്യങ്ങൾക്കിടയിലെ നിമിഷത്തിൽ നിർദ്ദേശിച്ചു.

'സൗകര്യം പോലെ വായിക്കണം. നല്ലൊരു സ്കൂപ്പായിരിക്കും.'

സമ്മേളനം നടക്കുന്ന മൈതാനം നിറയെ ആളുകളും കൊടിതോരണങ്ങളും. അടുത്തുള്ള മന്ദിരത്തിന്റെ മൂന്നാം നിലയിലേക്ക് അവൾ പടികയറി. വണങ്ങി നിന്നവർക്കിടയിലൂടെ നനുത്തൊരു പുഞ്ചിരിയുമായി രമ്യ മുമ്പോട്ടു നടന്നു. ഹാളിനുള്ളിൽ നിന്നും അതിശയത്തോടെ രമേശ് കൈയുയർത്തി അവളെ അകത്തേക്ക് ക്ഷണിച്ചു.

'രമ്യ. നമ്മുടെ പ്രശാന്തിന്റെ ഭാര്യ. വരൂ. ഇരിക്കൂ. എന്തുണ്ട്

വിശേഷം.'

അവൾക്കൊരു രഹസ്യം പറയാനുണ്ടായിരുന്നു. രമേശിനൊപ്പം അവൾ ഹാളിനു വെളിയിലിറങ്ങി. താഴെ ആൾക്കൂട്ടത്തിനു നേരെ പുഞ്ചിരിയോടെ കൈ വീശിക്കൊണ്ട് രമേശ് അവളെ കേട്ടു.

'നീ വല്യ ആളായി. പഴേതെല്ലാം മറന്നു.'

'മറക്കാനോ. പറ്റില്ലെടീ. നമ്മളൊന്നല്ലേ. അതുകൊണ്ടല്ലേ നിന്നെ അവന്റെ ഭാര്യയാക്കിയത.'

രമേശിന്റെ കൈയിൽ കടന്നുപിടിച്ചിട്ട് അവൾ വേഗം മുമ്പോട്ടു നീങ്ങി.

'എന്നാൽ നീയും ഞാനും കൂടി ഇതാ താഴേക്കു ചാടുന്നു.'

രമേശ് അവളുടെ കൈ തട്ടിമാറ്റി.

പരിവാരങ്ങളുടെ തലകൾക്കു മുകളിലൂടെ പ്രശാന്ത് അവളെ കണ്ടു.

'അവളെ തടയൂ.'

സെക്യൂരിറ്റിക്കാർ തീർത്ത മനുഷ്യമതിലിനുള്ളിൽ നിന്നുകൊണ്ട് അവൾ ഉറക്കെ വിളിച്ചുപറഞ്ഞു.

'ഇവൻ എന്നെ ചതിച്ചവനാ. രമേശ്. എംപി.'

മനുഷ്യമതിലിനു പുറത്തേക്ക് അവൾ കടലാസുകൾ വലിച്ചെറിഞ്ഞു.

'ഇതാ എന്റെ ഡയറിക്കുറിപ്പുകളുടെ പകർപ്പുകൾ. എല്ലാം ഇതിലുണ്ട്. ലോകം അറിയട്ടെ.'

അവളെ വിഴുങ്ങിയ ആ മനുഷ്യമതിലിലെ വിയർപ്പുനാറ്റത്തിലൂടെ ആ കടലാസ്സുകൾക്കൊപ്പം അവളും മൈതാനത്തേക്ക് പറന്നു താണു.

○○

12
പൈനാപ്പിൾ ബംഗ്ലാവ്

സുജാതയുടെ മടിയിൽ തലവച്ച് ആ വീട്ടുടുപ്പിന്റെ മുഷിഞ്ഞ മുൻ ഭാഗത്തെ പെണ്മണം ഞാനറിഞ്ഞു. ചോരയും ചെളിമണ്ണും കുഴഞ്ഞ് ദുർഗ്ഗന്ധം വമിച്ചതൊന്നും അവൾക്ക് പ്രശ്നമല്ലായിരുന്നു. ഇരുപത്തെട്ടു വർഷം മുമ്പുണ്ടായിരുന്ന എന്റെ നഷ്ടകാലത്തിന്റെ ഓർമ്മകളിലേക്കാണ് ഞാനങ്ങനെ വേദന മറന്നു കിടന്നത്. സ്വന്തമായി എഴുന്നേറ്റു നില്ക്കാൻ പോലും വയ്യാത്ത അവസ്ഥയിൽ ഒട്ടും ലഹരി പിടിപ്പിക്കാത്ത ആ മാറോടൊട്ടിക്കിടന്ന് ഞാൻ രഹസ്യം പറഞ്ഞു.

'സുജാതേ. ചെറുപ്പത്തിൽ നീ കുളിക്കുന്നത് ഞാനെന്നും നോക്കുമായിരുന്നു.'

എന്റെ തലമുടിയിലൂടെ വിരലോടിച്ച് എന്നെ ചുംബിച്ചിട്ട് അവൾ മന്ദഹസിച്ചു.

'എല്ലാം ഞാൻ കണ്ടിരുന്നെടാ. ഒരു പുരുഷനാകാനുള്ള നിന്റെ പൊല്ലാപ്പുകളായിരുന്നു അതൊക്കെ. തെറ്റായ ഗുരുക്കന്മാർ ചെറുപ്പത്തിൽത്തന്നെ ആൺകുട്ടികളെ വഴിപിഴപ്പിക്കും.'

അവൾ വീണ്ടും എന്നെ ചുംബിച്ചു.

'അതൊക്കെ മറന്നേക്കൂ. ഇപ്പോൾ എനിക്കു കുറ്റബോധമാണെടാ. എനിക്കുവേണ്ടിയല്ലേ നീ എന്റെ അച്ഛനെ കൊല്ലാൻ പോയത്.'

'അയാളെന്റെ ശത്രുവായിരുന്നു. മറ്റൊന്നുമായിരുന്നില്ല.'

'എന്നാലുമെടാ, പാതി ചത്ത നിന്റെയീ അവസ്ഥയ്ക്ക് ഞാനല്ലേ ഉത്തരവാദി.'

ഞാൻ ആ വാക്കുകളെ തടഞ്ഞു. വീണ്ടും ആ മടിയിൽ കിടന്ന് മയങ്ങിപ്പോകുന്നതിനു മുമ്പ് ഞാനിത്രയുമോർത്തു. സുജാതേ, മോഹങ്ങളില്ലാത്ത മനുഷ്യരുണ്ടോ? ശത്രുവിനെ കൊല്ലണമെന്ന

ത് എന്റെ ചിരകാല മോഹമായിരുന്നു. കെട്ടിയിട്ട അവന്റെ കാലുകളിൽ ചവിട്ടിപ്പിടിച്ച് ഒരു കറിക്കോഴിയെപ്പോലെ കഴുത്തറുത്ത് മുമ്പോട്ടെറിഞ്ഞിട്ട് അവൻ പിടഞ്ഞുപിടഞ്ഞ് തീരുന്നതു കണ്ട് മനസ്സുനിറയെ ചിരിക്കാനാണ് ഞാനവിടെ പോയത്. അത്രയും ഭീകര വടുക്കളായിരുന്നു എനിക്കവൻ സമ്മാനിച്ചത്. അഞ്ചാം വയസ്സിൽത്തന്നെ അവനെന്റെ ശത്രുവായി. നിന്റെ വീട്ടിലെ പുതിയ പശുവിനെ കാണാൻ അമ്മയോടൊപ്പം വന്നതായിരുന്നു. തള്ളയ്ക്കു ചുറ്റും ചാടിക്കളിക്കുന്ന കുഞ്ഞിപ്പശുവിന്റെ സൗന്ദര്യം കണ്ട് മതിമറന്നു നില്ക്കുകയായിരുന്ന എന്റെ ചുമലിലേക്ക് കഴുത്തു വെട്ടിയ ഒരു കോഴി പിടഞ്ഞു വീണു. അതിന്റെ പുറകെ തൊഴുത്തിന്റെ ഓലക്കാലുകളിലൂടെ ചുവന്ന തലപ്പൂവും കൊക്കുമുള്ള കോഴിത്തലയും താഴേക്കു പതിച്ചു. തോളത്തൂടൊഴുകിയ കോഴിച്ചോരയുമായി നിലവിളിച്ചോണ്ടോടി അമ്മയെ കെട്ടിപ്പിടിച്ചു നിന്നപ്പോൾ നിന്റച്ഛൻ, അതെ, എന്റെ ശത്രു ഉറക്കെയുറക്കെ പൊട്ടിച്ചിരിച്ചു.

'അയ്യേ. പേച്ചുപോയോ. ആണുങ്ങള് പേടിക്കുവോടാവ്വേ.'

ആ ചിരിയും ചോരയും എന്നിൽ നീറിപ്പിടിച്ചു. എന്റെ ഇടതു തോളിൽ ഏറെ നാളത്തേക്ക് അതിന്റെ അദൃശ്യമായൊരു പൊള്ളൽപ്പാടുണ്ടായിരുന്നു. ചോരപ്പേടി മാറ്റാനായി അമ്മ എന്നെ അടുത്തും അകലെയുമുള്ള ക്ഷേത്രങ്ങളിൽ കൊണ്ടുപോയി. ശത്രുസംഹാര പൂജകളുടെ ആ ചെലവുകാശെല്ലാം കൂട്ടിവച്ചാൽ വലിയൊരു സംഖ്യയാകുമായിരുന്നു. കുറേക്കഴിഞ്ഞപ്പോൾ ഞാനെല്ലാം മറന്നു തുടങ്ങി. മാത്രമല്ല, ധൃതിക്കാരനായ കാലം നിന്നിൽ പണിതിട്ട പുതുമോടികൾ എന്റെ ഭയത്തെ മറച്ചുകളഞ്ഞു. എന്നാൽ എത്ര കരുതിയിരുന്നാലും നമ്മെ വിട്ടുമാറാത്ത ചില മുറിപ്പാടുകൾക്ക് ജീവൻ വക്കുന്ന അവസരങ്ങളുണ്ടാകുമല്ലോ.

നമ്മുടെ പുരയിടങ്ങളെ അതിരിട്ടിരുന്ന കാട്ടുകല്ലുകൾക്കിടയിലെ ശൂന്യസ്ഥലങ്ങളിൽ കൈതച്ചെടി വച്ചാൽ നന്നായിരിക്കുമെന്ന് ഒരിക്കൽ ശത്രുവാണ് പറഞ്ഞത്. രണ്ടു വീട്ടുകാർക്കും കൈതച്ചക്കകൾ തിന്നാമല്ലോന്നു പറഞ്ഞതുകൊണ്ടാണ് അച്ഛൻ സമ്മതം മൂളിയത്. എന്റെ സുജാതെ. അപ്പോഴേക്കും പ്ലാവിന്റെ മറവിലെ നിന്റെ നിത്യക്കുളി എന്നെ ആകർഷിച്ചിരുന്നു. നിന്നോടൊത്ത് നഗ്നനായി കുളിക്കുന്നതും നിന്റെ മുലകളിൽ എണ്ണയും സോപ്പുമൊക്കെ തേച്ചുപിടിപ്പിക്കുന്നതും അന്നെന്റെ സ്വപ്നമാകാൻ തുടങ്ങിയിരുന്നു. അതിരിലുണ്ടാവുന്ന കൈതച്ചക്കകളുടെ മധുരം നിന്നോടൊപ്പമിരുന്നു തിന്നുന്നതു കൂടി ഞാൻ സങ്കല്പിക്കുമായിരുന്നു. ദൂരെ

യെങ്ങോനിന്നും ശത്രു തലച്ചുമടായി കൊണ്ടുവന്നു നട്ട കൈതമ ണ്ടകൾ ഏതാനും മാസം കൊണ്ട് വളർന്ന് ചക്കകളുണ്ടായി. അവ പാകമായെന്ന് പറഞ്ഞുതന്ന കിളികളെയും അണ്ണാനെയും ഞാൻ എറിഞ്ഞോടിച്ചു. അതിന്റെ മണമടിച്ച് കൊതിയോടെ ഞാനൊരു തീരുമാനമെടുത്തു. ഞാനൊരിക്കൽ വലിയൊരു വീട് വക്കുമെന്നും മുറ്റം നിറയെ കൈത നടുമെന്നും പഴുത്ത കൈതച്ചക്കമണം എപ്പോഴും അവിടെ നിറഞ്ഞു നില്ക്കണമെന്നുമായിരുന്നു അത്. ഭാവിയിലെ എന്റെ വീടിനായി ഞാനൊരു പേരും കണ്ടെത്തി. 'പൈനാപ്പിൾ ബംഗ്ലാവ്'. അടുത്ത ദിവസം പഴുത്ത കൈതച്ചക്കയുടെ മണം എന്നെ അതിരിലേക്കു ക്ഷണിച്ചു. കൊതി ഒട്ടും സഹിക്കാതെയാണ് മുള്ളു കൊണ്ടിട്ടും ഞാനൊരു കൈതച്ചക്കയൊടിച്ചത്. ശത്രു എവിടെനിന്നോ ഓടിവന്ന് അതു തട്ടിപ്പറിച്ചു. കവിളിൽ കുത്തിപ്പിടിച്ചുകൊണ്ട് അയാൾ വിളിച്ച തെറി എന്റെ അച്ഛനെയും അമ്മയെയും വീട്ടിൽ നിന്നും വിളിച്ചിറക്കി. കൈതച്ചക്കക്കള്ള നായ എന്റെ വളർത്തു ദോഷത്തെക്കുറിച്ച് അയാൾ വാചാലനായി. അത് വകവയ്ക്കാതെ അച്ഛൻ കൈതകളോരോന്നായി പിഴുതെറിഞ്ഞുകൊണ്ടിരുന്നു. അതിരിലെ കൈതക്കാട് ഞങ്ങളുടെ ഭാഗത്തേക്ക് നിരന്തരം വളരുകയായിരുന്നെന്ന് അപ്പോഴാണ് മനസ്സിലായത്. കുഴിച്ചിട്ടിരുന്ന അതിരുകല്ലുകളെല്ലാം കൈതയുടെ മറപറ്റി എങ്ങോ ആവിയായിപ്പോയിരുന്നു. അച്ഛന്റെ വാശി കണ്ട് ഭയപ്പെട്ടിട്ടാണ് ശത്രു നിന്റെ വീട്ടിലേക്കോടിപ്പോയതെന്ന് ഞാൻ വിചാരിച്ചു. എല്ലാം ഒറ്റ നിമിഷത്തിൽ കഴിഞ്ഞു. മൂർച്ചയുള്ള പിച്ചാത്തിയുമായി തിരിച്ചെത്തിയ ശത്രു കൈതക്കാടിനു മുകളിലൂടെ അച്ഛന്റെ മേലേക്ക് ചാടിവീണു. പഴുത്ത കൈതച്ചക്കകൾ നാലുപാടും ചിതറിക്കിടന്നിരുന്നു. അച്ഛന്റെ കഴുത്തിലൂടെ ചാടുന്ന ചോര കണ്ടപ്പോൾ എന്നോ മായാൻ തുടങ്ങിയിരുന്ന അദൃശ്യമായൊരു മുറിവിന്റെ വടു വീണ്ടുമുണർന്ന് എന്റെ ഇടതുതോളിൽ വല്ലാത്ത നീറ്റലായി കൊളുത്തിപ്പിടിച്ചു. കൈതക്കാട്ടിലിട്ട് അച്ഛനെ വെട്ടിക്കൊല്ലുകയായിരുന്നു അയാളുടെ ലക്ഷ്യം. കഴുത്തിൽ വെട്ടേറ്റു വീണു പിടയുന്ന അച്ഛനെ തിരിഞ്ഞു നോക്കാതെ അയാൾ ഓടിപ്പോയി.

ആശുപത്രിവാസം കഴിഞ്ഞ് കഴുത്തിലൊരു വമ്പൻ പഞ്ഞിക്കെട്ടും സഞ്ചി നിറയെ മരുന്നുമായി അച്ഛൻ വീട്ടിലെത്തിയപ്പോഴേക്കും എല്ലാം വിറ്റുപെറുക്കി നിങ്ങൾ നാടുവിട്ടിരുന്നു. അച്ഛന്റെ ചലനമറ്റ കൈയിൽ കുഴമ്പു തേച്ചു തടവിക്കൊണ്ടിരുന്നപ്പോഴാണ് ഞാൻ ശത്രുവിനോട് പ്രതികാരം ചെയ്യാൻ തീരുമാനിച്ച കാര്യം പറ

ഞ്ഞത്. പതിമൂന്നുകാരനായ എന്നെ മനസ്സിലാക്കിയ അച്ഛൻ വില ക്കി. പ്രതികാരത്തിനായി കാത്തിരിക്കുന്നവന് ജീവിതം ആനന്ദക രമായി ആസ്വദിക്കാനാവില്ലെന്നായിരുന്നു എന്റച്ഛന്റെ കണ്ടുപിടു ത്തം. ഒരുനാൾ പശ്ചാത്താപം കൊണ്ട് പൊറുതിമുട്ടിയ ശത്രു ഞങ്ങളെ തേടിയെത്തുമെന്ന് അച്ഛൻ വിശ്വസിച്ചിരുന്നു. അത് അച്ഛ ന്റെ വിശ്വാസം. ഞാനും അതുതന്നെ പിന്തുടരണമെന്ന് എനിക്കു തോന്നിയില്ല. പകയുടെ കൈതമുള്ളുകൾ എന്നിൽ രഹസ്യമായി വളർന്നു. പനയോളം പൊക്കംവച്ച കൈതോലകൾക്കു മീതെ മഞ്ഞനിറത്തിൽ ഉദിച്ചുനിന്ന ആയിരക്കണക്കിന് പഴുത്ത കൈതച്ച ക്കകളുടെ മുടികളിൽ കാറ്റു വിതച്ചുകൊണ്ട് ഒരു മഹാമേരുവിന്റെ വലിപ്പമുള്ള ശത്രു എന്റെ മേലേക്ക് ചാടിവീഴുന്ന ദൃശ്യം എന്നും എന്റെ ഉറക്കം കെടുത്തിക്കൊണ്ടിരുന്നു. അപ്പോഴേക്കും നിന്റെ നീ രാട്ടുദൃശ്യങ്ങൾ ഞാൻ മറന്നുകഴിഞ്ഞിരുന്നു.

ഇരുപത്തെട്ട് വർഷത്തെ അന്വേഷണങ്ങൾക്കൊടുവിൽ ശത്രു വിനു പകരം നിന്നെയാണ് ഞാൻ കണ്ടെത്തിയത്. ഏറെനേരം വെയിലേറ്റ് തളർന്നപ്പോൾ പട്ടണത്തിലെ നിന്റെ ബേക്കറിയിലേ ക്ക് കയറിവന്നു. തണുത്ത പൈനാപ്പിൾച്ചാറ് കുടിച്ചുകൊണ്ടിരുന്ന പ്പോൾ നീ എന്റടുത്തെത്തി. സ്വയം പരിചയപ്പെടുത്തി. എന്റെ ശത്രുവിന്റെ മകൾ. നഷ്ടകാലം എന്നെ വീണ്ടും തേടിയെത്തിയതു പോലെ തോന്നി. കൈതച്ചക്കകളുടെ മുള്ളുവേലിക്കപ്പുറം ഞാൻ കണ്ടിരുന്ന നിന്റെ മുഖം ഒട്ടും തിരിച്ചറിയാനാവാത്തവിധം രൂപഭാ വങ്ങളോടെ കാലം മാറ്റിയെടുത്തിരുന്നു. നിന്റെ സ്വത്തും പണവു മെല്ലാം സഹോദരനും അച്ഛനും കൂടി കബളിപ്പിച്ചു കൈക്കലാക്കി യെന്നു നീയല്ലേ പറഞ്ഞത്. അവകാശം ചോദിച്ചു ചെന്ന നിന്റെ ഭർത്താവ് ദൂരെയുള്ള റയിൽപ്പാളത്തിൽ കാക്കകളുടെയും പട്ടികളു ടെയും തീറ്റയായിക്കിടന്നെന്നു കൂടി കേട്ട് ഞാനതിശയിച്ചു. നിന്നെ എന്നിൽ നിന്നും തട്ടിയകറ്റിയെന്നൊരു കുറ്റം കൂടി ചാർ ത്തിക്കൊടുത്ത് ഞാൻ ശത്രുവിനെ മനസ്സിലിട്ടു പുകച്ചു.

നീ പറഞ്ഞ അടയാളങ്ങളോർത്ത് നട്ടുച്ചയ്ക്ക് ഞാൻ ശത്രുവി ന്റെ വീട്ടിലേക്ക് സൈക്കിൾ ചവിട്ടി. പട്ടണത്തിന്റെ കുരയും ഓട വെള്ളത്തിന്റെ നാറ്റവും കുറേ നേരം കൂടി എന്നെ പിന്തുടർന്നിട്ടു തിരിച്ചുപോയി. നഗരപരിധി വിട്ട് ഏറെദൂരം കഴിഞ്ഞപ്പോൾ നീ പറഞ്ഞ അടയാളങ്ങൾ എന്നെ കാത്തുനില്പുണ്ടായിരുന്നു. കുള വാഴകളുടെ ഉദ്യാനമൊരുക്കിയ കണ്ടങ്ങൾ. സമാന്തരരേഖകളിൽ കൈതച്ചെടികൾ വളർത്തുന്ന കുന്നുകൾ. കൈതച്ചക്ക നിറച്ച കുട്ട

കളുമായി കുന്നിറങ്ങിയ പണിക്കാർ അപരിചിതനായ എന്നെ നോക്കിനിന്നിട്ട് ജോലി തുടർന്നു. നന്നായി വഴി പറഞ്ഞു തന്നതിന് നിന്നോട് ഞാൻ മനസ്സാ നന്ദി പറഞ്ഞു. പാതയുടെ ഒരു വശത്ത് വലിയ ഗേറ്റിൽ 'പൈനാപ്പിൾ ബംഗ്ലാവ്' എന്ന് എഴുതിയിരുന്നു. അതു കണ്ടപ്പോൾ ഒരിക്കലും പണിയാനാവാത്ത എന്റെ സ്വപ്നഭവനം പോലെ തോന്നി. പാതി തുറന്നു കിടന്ന ഗേറ്റിലൂടെ ഞാൻ ബംഗ്ലാവിനു ചുറ്റും നടന്നു. പഴുത്ത കൈതച്ചക്കയുടെ ഹൃദ്യമായ മണം വായുവിൽ നിറഞ്ഞുനിന്നു. ചെറുതായി തള്ളിയപ്പോൾ മുൻവാതിൽ തുറന്നു. അവിടെങ്ങും ഒറ്റ ജീവിയേയും കണ്ടില്ല. ഏതെങ്കിലും കോണിൽ നിന്നും ശത്രു എന്റെ മേൽ ചാടിവീണേക്കുമെന്ന ഭയമുണ്ടായിരുന്നു. എന്തോ ഭാരക്കെട്ടു വീഴുന്ന ശബ്ദം വായുവിന്റെ കട്ടിപിടിച്ച നിശ്ശബ്ദതയെ തകർത്തു. തീരെ വെളിച്ചമില്ലാത്ത ഇടനാഴിയിലേക്ക് ഞാൻ പതുങ്ങി നിന്നു. പാതി തുറന്നുകിടന്ന ജനാലയിലൂടെ ഞാൻ അകത്തെ മുറിക്കുള്ളിലേക്കു നോക്കി. കട്ടിലിൽ പിടിച്ചുകൊണ്ട് തറയിൽ നിന്നെഴുന്നേൽക്കാൻ ശ്രമിക്കുന്ന ഒരു വൃദ്ധൻ. ഒരു നിമിഷത്തേക്ക് അയാളെന്നെ കണ്ടെന്ന് തോന്നി. എന്നെ തിരിച്ചറിഞ്ഞതിന്റെ അന്ധാളിപ്പ് അയാളുടെ പാതിചത്ത വെള്ളക്കണ്ണുകളിൽ കണ്ടു. എന്റെ കൈകളിലൂടെ ഒരാവേശം, അതേ, ശത്രുവിനെ കഴുത്തു ഞെരിച്ച് കൊല്ലാനുള്ള ആവേശം പടർന്നുകയറി. തെറ്റുകാരന് അവകാശപ്പെട്ട ശിക്ഷ കൊടുക്കുന്നതുവരെ ഈ ലോകം നീതിക്കുവേണ്ടി കാത്തിരിക്കുമെന്ന് ഞാൻ വിശ്വസിച്ചു. അതേസമയം മുറിയിലെ ഇരുട്ടിൽ നിന്നും ഒരുവൻ കട്ടിലിനടുത്തേക്ക് ചെന്നു. പെട്ടെന്ന് വൃദ്ധനെ കട്ടിലിൽ നിന്നും താഴേക്ക് ചവിട്ടിത്തള്ളിയിട്ട് അവൻ അലറി.

'എല്ലാം എപ്പോളെഴുതിത്തരുമെന്ന് പറയെടാ മുതുക്കാ. അല്ലേൽ ഇപ്പോത്തന്നെ ചാവാൻ റെഡിയായിക്കോ.'

'എടാ. എന്റെ കാലം കഴിഞ്ഞാപ്പിന്നെ എല്ലാം നെനക്കല്ലിയോ.'

കഫം നിറഞ്ഞ അക്ഷരങ്ങളുമായി ശത്രു യുദ്ധത്തിലായിരുന്നു.

'എനിക്കു കാത്തിരിക്കാനൊന്നും വയ്യ. ഇപ്പോത്തന്നെ തന്റെ കാലം കഴിച്ചിലാക്കാം.'

അയാൾ കൈയിലിരുന്ന വെട്ടുകത്തി ഉയർത്തി വെട്ടി. വൃദ്ധൻ താഴെ വീണു പിടക്കുന്ന ശബ്ദം കേട്ടു. ഞാൻ തളർന്നു വീഴുമെന്ന് തോന്നി. സുജാതേ, ആ കൊലപാതകം കണ്ടപ്പോൾ ഞാനൊരു ലോകഭീരുവാണെന്ന് വീണ്ടുമെനിക്കു മനസ്സിലായി. ശത്രുവിനെ എന്റെ കൈ കൊണ്ട് കൊല്ലാനുള്ള മോഹം ഞാനുപേക്ഷിച്ചു. ഞാൻ

വെറുതെ പിറുപിറുത്തു.

'എടാ ശത്രൂ, നിനക്കുള്ളതൊക്കെ കിട്ടിക്കഴിഞ്ഞല്ലോ. എനിക്കു നിന്നെ മറ്റൊന്നും ചെയ്യാനില്ല. നിന്നെപ്പറ്റി എല്ലാരും അറിയണം. എനിക്ക് എല്ലാം പരസ്യമായി പറയണം. അത്രമാത്രം.'

എത്രയും വേഗം വെളിയിൽ കടക്കണമായിരുന്നു. എന്നെ കണ്ട ആദ്യ നിമിഷത്തിൽ ശത്രുവിന്റെ മുഖത്തുണ്ടായത് നിസ്സഹായത യായിരുന്നു. പശ്ചാത്താപം കൊണ്ട് പൊറുതിമുട്ടിയവന്റെ നോട്ട മായിരുന്നില്ല അത്. ദശാബ്ദങ്ങളായി ഞാൻ വളർത്തിക്കൊണ്ടുവ ന്ന പ്രതികാരദാഹം തീർക്കാൻ അതുമാത്രം മതിയായിരുന്നു. തോ ളിൽ പുരാതനമായൊരു വ്രണം ചാർത്തിയിരുന്ന അദൃശ്യമായ തഴമ്പിന്റെ ഓർമ്മപോലും എന്നെ വിട്ടുപോയതായി തോന്നി. പ്രധാന വാതിലും മുകളിലേക്കുള്ള കല്ലുകളുടെ പടിക്കെട്ടും കട ന്നാൽ മതിയായിരുന്നു. മരച്ചോട്ടിൽ എന്റെ സൈക്കിൾ പൂട്ടിവച്ചി ട്ടാണ് ഞാനവിടേക്ക് പോയത്. എനിക്ക് സന്തോഷമായി. എന്റെ ശത്രു ജീവിച്ചിരുപ്പില്ല. എനിക്ക് സ്വസ്ഥമായുറങ്ങാനുള്ള കാലമായ ല്ലോ. അവന്റെ ഇരുണ്ട മുറിയിലേക്കുള്ള നോട്ടമുപേക്ഷിച്ച് പദചല നങ്ങൾ കേൾപ്പിക്കാതെ ഞാൻ ഇടനാഴി വിട്ട് കൈതച്ചക്കമണം നിറഞ്ഞ സ്വീകരണമുറിയിലേക്കു നടന്നു. ഞാൻ മുമ്പോട്ടു നീങ്ങി. എന്നാൽ എന്റെ കാലുകളെ ഒരു ചിലമ്പനൊച്ച കൊളുത്തിപ്പിടിച്ചു.

'ടേയ്, നില്ലവിടെ'

എവിടെ നിന്നോ എന്റെ മേലേക്കു പതിച്ച ശബ്ദത്തോടൊപ്പം അവൻ ചാടിയിറങ്ങിവന്നു. ശത്രുവിന്റെ മകൻ. നിന്റെ സഹോദ രൻ. ചോരക്കറ പറ്റിയ വെട്ടുകത്തി എന്റെ നെഞ്ചിനു നേരെ ചൂണ്ടി ക്കൊണ്ട് അവനലറി.

'നീയാരാ? എന്തിനാ വന്നേ?'

എന്റെ ആജന്മശത്രുവാണ് അവന്റെ അച്ഛനെന്നു പറഞ്ഞില്ല. അയാളുടെ അന്ത്യകാലത്തെ ദുരിതജീവിതം ആസ്വദിച്ചെന്നും പറ ഞ്ഞില്ല.

'നെന്റെ വായി പഴമോ? എന്തിനാ വന്നേന്നു പറേടാ.'

എന്നെ കൊത്താനാഞ്ഞ വെട്ടുകത്തി ഒന്നു നിശ്ചലമായി. ഞാൻ പതിയെപ്പറഞ്ഞു.

'ഞങ്ങള് പഴേ പരിചയക്കാരാരുന്നു. എന്നെ ഭയങ്കര സ്നേഹമാ രുന്നു. വയ്യാതായെന്നു കേട്ട് കാണാൻ വന്നതാ.'

അവൻ കത്തി താഴെയിട്ടു. അവന്റെ മുഖത്ത് സ്നേഹം വന്നു.

'ശരിക്കും നിങ്ങളെന്റെ ആരോ ആണെന്നു തോന്നുന്നല്ലോ

ബ്രോ. അച്ഛന്റെ കാര്യങ്ങൾ നോക്കാൻ ഒറ്റയ്ക്കു കഷ്ടപ്പെടുന്ന എന്നെ സഹായിക്കാൻ നിങ്ങളെ ദൈവം പറഞ്ഞയച്ചതാണ് ബ്രോ.'

പോകാൻ അനുവാദം ചോദിച്ച എന്നെ കൈയുയർത്തി തടഞ്ഞു.

'വന്നിട്ടൊത്തിരി നേരമായോ? എന്തേലും കണ്ടോ?'

അധികം നേരമായില്ലെന്നും ഒന്നും കണ്ടില്ലെന്നും പറഞ്ഞപ്പോൾ അവൻ പുഞ്ചിരിച്ചു. ഞാൻ പോകാൻ തിടുക്കപ്പെട്ടു.

'ഇപ്പം വിട്ടേക്കാം. എന്നോടൊപ്പം ഒരു കാപ്പി കുടിച്ചിട്ടു പോയാൽ മതി.'

ശത്രുവൊരു ശവമായി അടുത്ത മുറിയിൽ കിടക്കുന്നതോർത്ത് വല്ലാത്ത ഭയമുണ്ടായി.

'അയ്യോ. അച്ഛന് ഗുളിക കൊടുക്കാനുള്ള സമയമായി. ബ്രോ ഇവിടിരിക്കണം. പൊയ്ക്കളയല്ലേ.'

ധൃതിപ്പെട്ട് അകത്തേക്കോടിയ അവൻ ചേതനയറ്റൊരു ശരീരത്തെയാണ് ശുശ്രൂഷിക്കുന്നതായി നടിക്കുന്നതെന്ന് ഞാനോർത്തു. അകത്തേക്ക് പോയ അവൻ അല്പനേരം കഴിഞ്ഞ് ജനാല പാതി തുറന്നിട്ട് വിളിച്ചു.

'ബ്രോ. ഒന്നു സഹായിക്കണേ. അച്ഛനൊരു വല്ലായ്മ.'

എനിക്കതിശയമായി. ഞാൻ മനസ്സിൽ പറഞ്ഞു. ശവത്തിനൊരു വല്ലായ്ക! ഞാനിതുവരെ അങ്ങനെയൊന്ന് കണ്ടിട്ടോ കേട്ടിട്ടോ ഇല്ല. അകത്തു ചെന്നപ്പോൾ അവന്റെ അച്ഛൻ കട്ടിലിൽത്തന്നെ പുതച്ചുമൂടി കിടപ്പുണ്ടായിരുന്നു. മുഖത്തൊരു പരിഹാസച്ചിരിയോടെ കണ്ണടച്ചു കിടക്കുന്ന ശത്രു എനിക്കത്ഭുതവസ്തുവായി. അപ്പോൾ കുറേനേരം മുമ്പ് ഞാൻ കണ്ടത് എന്റെ ഭ്രാന്തൻ കല്പനയായിരുന്നോ?

അവൻ അയാളുടെ പാദങ്ങളിൽ നിന്നും പുതപ്പു നീക്കി. ശത്രുവിന്റെ കാലുകൾ പ്ലാസ്റ്റിക് ചരടുകൊണ്ട് നെടുകെയും കുറുകെയും വരിഞ്ഞു കെട്ടിയിരുന്നു.

'ഞാനറിയാതെ അച്ഛനെഴുന്നേറ്റു നടക്കും. അതിനാ കെട്ടുന്നേ. വയസ്സാംകാലത്ത് കൈയോ കാലോ ഒടിഞ്ഞാപ്പണിയാകും. എല്ലാത്തിനും ഞാൻ തന്നെ വേണം ബ്രോ. വേറാരുമില്ല.'

എത്ര ശ്രമിച്ചിട്ടും കെട്ടഴിക്കാനാവാതെ ആ ചരട് കുരുങ്ങിയിരുന്നു. അഴിയാക്കുരുക്കായൊരു ചിന്ത എന്നെയും ചുറ്റി. ആ മുറിയിലെ അരണ്ട വെളിച്ചത്തിൽ എന്റെ ശത്രുവിനെ വെട്ടിക്കീറിയിട്ടതു ഞാൻ ശരിക്കും കണ്ടതാണോ എന്ന് വീണ്ടും എനിക്കു സംശയമാ

യി. അതെന്റെ ആഗ്രഹം കൊണ്ടുള്ള തോന്നലായിരിക്കുമെന്നു ഞാൻ വിശ്വസിക്കാൻ ശ്രമിച്ചു.

'ഒരുപകാരം ചെയ്യ്. മുറീടെ പൊറത്തൊരു വെട്ടുകത്തി കെടപ്പൊണ്ട്. എടുത്തോണ്ടുവാ. ഇതങ്ങറത്തു കളഞ്ഞാലേ പറ്റൂ.'

മുറിയിൽ തിരിച്ചെത്തിയ എന്റെ കൈയിലെ ആയുധം വാങ്ങാതെ കട്ടിലിലെ പുതപ്പ് വലിച്ചെടുത്ത് എന്റെ തലയിലേക്കിട്ട് അവൻ പുറത്തേക്കോടി.

പുതപ്പ് വലിച്ചു കളഞ്ഞിട്ട് ഞാൻ ഒരു നോട്ടമേ നോക്കിയുള്ളൂ.

എന്റെ ശത്രു. വെട്ടിമുറിച്ച കഴുത്തുമായി പരിഹാസച്ചിരിയോടെ ചത്തു കിടക്കുകയായിരുന്നു. സ്വപ്നമായിരുന്നില്ല. ഞാൻ നിസ്സാരമായി കൈയിൽ പിടിച്ചിരുന്നത് കൊലക്കത്തിയാണെന്ന് അതിലെ കറുത്തുണങ്ങിയ ചോരക്കറ എന്നെ ഓർമ്മപ്പെടുത്തി. അതുവരെ നിശ്ശബ്ദമായിരുന്ന ആ വീടും പരിസരവും എന്നെ 'കൊലയാളി' എന്ന് ഉറക്കെയുറക്കെ വിളിച്ചുപറഞ്ഞുകൊണ്ടിരുന്നു. അതുകേട്ട് എന്റെ തോളിലെ അദൃശ്യമായ ചോരപ്പാട് വീണ്ടും ജീവൻവച്ചു നീറാൻ തുടങ്ങി. പിന്നീട് സംഭവിച്ചതെല്ലാം നിനക്കറിയാമല്ലോ. കൈതപ്പണിക്കാരെല്ലാം കൂടി എന്നെ തല്ലിച്ചതച്ചു. അപ്പോഴാണ് നീയും കൂട്ടരുമെത്തിയത്.

എപ്പോഴോ ഉണർന്നപ്പോൾ എന്റെ തലയിലൂടെ സുജാതയുടെ വിരലുകൾ മെല്ലെമെല്ലെ തഴുകിനീങ്ങുന്നതു ഞാനറിഞ്ഞു.

○○

13
വിളിച്ചുപറച്ചിലുകൾ

ഒറ്റ ജീവിതമേയുള്ളൂ. അതാഘോഷിക്കുമ്പോൾ നമ്മൾ മറ്റുള്ളോരുടെ സന്തോഷത്തിൽ ഇടംകോലിടരുത്. മനോഹരന്റെ മകൻ എന്നും കേൾക്കുന്ന ഉപദേശമായിരുന്നു. അവന്റെ പരീക്ഷക്കാലം നോക്കിയിരുന്നതുപോലെ ഉത്സവങ്ങളെല്ലാം കോളാമ്പിമൈക്കുകളിൽ കൊടിയേറി. അവൻ അസ്വസ്ഥതകൾക്കിടയിലിരുന്ന് പരീക്ഷക്കു തയ്യാറെടുത്തു. പഠിച്ച് നല്ല നിലയിലെത്തണമെന്ന് എല്ലാവരെയും പോലെ അച്ഛനും പറഞ്ഞു.

മകനെ ഉപദേശിച്ചപ്പോഴൊക്കെ മനോഹരന്റെ വിചാരത്തിലേക്ക് അപ്പു കയറിവന്നു. ജീപ്പിലെ സഹായിയായിരുന്നവൻ. തനിക്കും മനോഹരേട്ടനെപ്പോലെ വിളിച്ചുപറയണമെന്നതായിരുന്നു അപ്പുവിന്റെ ആഗ്രഹം. ആൾത്താമസം കുറഞ്ഞിടത്തൊക്കെ അവന് മൈക്കു കൈമാറിയിട്ട് മനോഹരൻ പറഞ്ഞു.

'നീ ധൈര്യമായി പറയെടാ. ഒന്നൂല്ലേലും ഇതുമൊരു കലയല്ലേ. ഇപ്പോ ഞാഞ്ചത്താലും ഇങ്ങനെ വിളിച്ചുപറയാനൊരാളു വേണ്ടേ.'

മനോഹരനും അപ്പുവും മാറിമാറി വിളിച്ചുപറഞ്ഞുകൊണ്ട് കുറേനാൾ പരസ്യവണ്ടിയോടി. ആദ്യത്തെ ആഗ്രഹം സാക്ഷാത്കാരിച്ചപ്പോൾ അപ്പു മറ്റൊന്നു പറഞ്ഞു.

'മനോകരേട്ടാ, കിട്ടുന്നത് നമ്മളു രണ്ടുപേരും തുല്യമായി വീതിക്കണമെന്ന് ഞങ്ങടമ്മ പറയാമ്പറഞ്ഞു.'

അതല്പം കടന്നകൈയായില്ലേ അപ്പൂ എന്ന് മനോഹരൻ നിശ്വസിച്ചു.

'എടാ പ്രാരാബ്ദമില്ലാത്ത പയ്യനല്ലേ നീ. എനിക്കെന്റെ കൊച്ചിനെ പഠിപ്പിക്കണം. നിനക്കു വട്ടച്ചെലവിനൊള്ള കാശു ഞാന്തരുന്നൊണ്ടല്ലോ. കുറെ കഴിയട്ടെ. എന്തെങ്കിലും ചെയ്യാം.'

അന്നു സലാം വച്ചിറങ്ങിയതാണ് അപ്പു. അവന്റെ പരസ്യവണ്ടി പലപ്പോഴും നേർക്കുനേരെ വന്നു. കൈ പൊക്കി ചിരിച്ചു കാണിച്ച മനോഹരനെ നോക്കി കടുപ്പത്തിൽ പരസ്യം തുപ്പി ഗൗരവപ്പെട്ട് അതങ്ങു പാഞ്ഞുപോയിരുന്നു.

പോയ രാത്രിയിലെപ്പോഴോ പതിവുപോലെ അനൗൺസ്മെന്റ് ജീപ്പ് വീട്ടിലേക്ക് ചാടിക്കേറി വന്നപ്പോൾ ഫ്രഞ്ച് വിപ്ലവം പഠിക്കുകയായിരുന്നു മനോഹരന്റെ മകൻ. ജീപ്പിന്റെ എഞ്ചിൻ നിർത്തീട്ട് വീടിന്റെ സാക്ഷായിടാത്ത വാതിൽ തുറന്ന അവന്റെ അച്ഛൻ ശ്രുതിമാധുര്യത്തോടെ 'പൊന്നരിവാളമ്പിളിയില്' പാടിക്കൊണ്ടാണ് കേറിച്ചെന്നത്. പൊറോട്ടയോടൊപ്പമുള്ള കോഴിക്കറിയുടെ മണം അവന്റെ ചരിത്രപുസ്തകം മടക്കിക്കളഞ്ഞു. അത്താഴപ്പൊതി നീട്ടി പുഞ്ചിരിച്ചു നിന്ന അച്ഛൻ നിലതെറ്റി ഇരുട്ടിലെ ആകാശത്തേക്ക് പറക്കുന്നതു കണ്ട് അവനമ്പരന്നു. ആരൊക്കെയോ നിമിഷനേരം കൊണ്ട് വീട്ടിനുള്ളിലേക്ക് ഇരച്ചു കയറി. മുറ്റത്തു നിന്നും ഉരുണ്ടുപിരണ്ടെണീറ്റ അയാൾക്ക് പിടിച്ചുനിൽക്കാനായില്ല. ഭയപ്പാടോടെ അയാൾ വിളിച്ചുപറഞ്ഞു.

'സാറമ്മാരേ, ഒരു തീവ്രവാദിയേയും എനിക്കറിയത്തില്ല. എത്ര പ്രാവശ്യം ഞാനതു പറഞ്ഞേക്കുന്നു. എനിക്കിവിടെ വല്യ വില കൊടുത്തു വീട്ടേണ്ട ഒരു ബന്ധമേയുള്ളൂ. എന്റെ മോൻ. എന്നെ തീരെ സഹിക്കാതെ ഉപേക്ഷിച്ചു പോയ ഒരുവൾ തന്ന സമ്പാദ്യം. എനിക്കതു മതി.'

വന്നവർ വീടാകെ അരിച്ചു പെറുക്കി. എന്തൊക്കെയോ കൊണ്ടുപോയി.

'കിട്ടിയെടാ. തെളിവ് നിന്റെ ഉടുപ്പിന്റെ പോക്കറ്റീന്നു തന്നെ കിട്ടി. നാളെ നേരം വെളുക്കുമ്പം സ്റ്റേഷനിലെത്തിയേക്കണം.'

പോകുമ്പോൾ അവരിലൊരാൾ വിളിച്ചുപറഞ്ഞു.

'ആരോ തന്നൊരു നോട്ടീസു മാത്രമെ എന്റെ പോക്കറ്റിലുള്ളല്ലോ സാറമ്മാരേ.'

'ആ നോട്ടീസു മതിയെടാ നിന്റെ ചീട്ടു കീറാൻ. നീ വിപ്ലവം കൊണ്ടുവരുന്നതൊന്നു കാണണം.'

മനോഹരന്റെ മകന് ഒന്നും മനസ്സിലായില്ല. ഫ്രഞ്ചു വിപ്ലവത്തിന്റെ ബാധ വിടാത്തതു കൊണ്ട് ബാസ്റ്റൈൽ ജയിൽ തകർന്നു വീണതായി അവൻ കരുതി.

അച്ഛന്റെ മുഖത്തും കൈകളിലുമുള്ള മുറിവുകളിലെ ചോര കണ്ട് അവൻ കരയാൻ തുടങ്ങി. നേരത്തെ മുറിഞ്ഞു പോയൊരു

പുഞ്ചിരിയുടെ ബാക്കിയും അക്രമികൾ തട്ടിത്തെറിപ്പിച്ച അത്താഴപ്പൊതിയും തപ്പിയെടുത്തു കൊടുത്തിട്ട് മനോഹരൻ മുറിയിൽക്കേറി കിടന്നതാണ്. അയാൾ ജീവിതം ആഘോഷിക്കുകയായിരുന്നോ എന്നൊന്നും മകന് തീർച്ചയില്ല. അച്ഛനെ അനൗൺസ്മെന്റിനു കൂട്ടിക്കൊണ്ടു പോകാൻ രാവിലെ വന്ന പഞ്ചായത്തു മെമ്പറുടെ വിളികേട്ടാണ് അവനുണർന്നത്. വെറും നിലത്തു കിടന്നുറങ്ങിയതിനും തലേന്ന് വെള്ളമടിച്ചിട്ട് മൈക്കിലൂടെ വായിൽ തോന്നിയത് വിളിച്ചു പറഞ്ഞതിനും മെമ്പർ വഴക്കു പറഞ്ഞു. മൃത്യുഞ്ജയ ഹോമത്തിന്റെ അനൗൺസ്മെന്റിനിടയിൽ 'പിതാവിനും പുത്രനും പരിശുദ്ധാത്മാവിനും സ്തുതിയായിരിക്കട്ടെ' എന്ന് പറഞ്ഞതിന് മെമ്പർ മുട്ടനൊരു തെറി കാച്ചി.

'അല്ലെങ്കിത്തന്നെ, എടാ മനോഹരാ, യുക്തിവാദിയായ നിന്നെ അമ്പലത്തിലെ അനൗൺസ്മെന്റിന് വിളിച്ചോരെ പറഞ്ഞാ മതീല്ലോ. അവര് നിന്നെ കാണാനിരിക്കുവാ.'

അയാളുടെ വഴക്കുപറച്ചിൽ കേട്ട് മനോഹരൻ ഒന്നും പ്രതികരിച്ചില്ല. രാത്രി മുറീക്കേറിക്കിടന്ന അയാൾ എങ്ങനെ വെളിയിലുറങ്ങിയെന്ന അത്ഭുതത്തോടെയാണ് മകൻ കതകു തുറന്നത്. പെട്ടെന്ന് തെറി പറച്ചിൽ നിർത്തിയ മെമ്പർ മരവിച്ചു കിടന്ന മനോഹരനെ കുലുക്കി വിളിച്ചിട്ട് അവനെ നോക്കി.

'നിന്റച്ഛൻ പോയല്ലോടാ.'

അയാളുടെ പതറിയ ശബ്ദത്തിന് എന്തെങ്കിലും അർത്ഥമുള്ളതായി ആദ്യം അവനു തോന്നിയില്ല.

ഉമ്മറത്തിണ്ണയിൽ ചത്ത് ചമഞ്ഞു കിടക്കുന്ന അച്ഛനായിരുന്നു അന്നത്തെ കണിയെന്ന് വ്യക്തമാകാൻ അവന് ഏതാനും നിമിഷം കൂടി വേണ്ടിവന്നു. വിശേഷ ദിവസങ്ങളിൽ മാത്രം ധരിക്കാറുള്ള മുണ്ടും ഉടുപ്പുമായിരുന്നു മനോഹരന്റെ വേഷം. മുറ്റത്തെ അയയിൽ നിറയെ തുണികൾ നനച്ചുണങ്ങാനിട്ടിരുന്നു. ചാവുന്നതിനു മുമ്പ് അച്ഛൻ എപ്പോഴാണ് തുണിയലക്കിയതെന്നായിരുന്നു അവന്റെ സംശയം. തലയിലെ മൂടൽ ക്രമേണ അയഞ്ഞു വന്നപ്പോൾ അനാഥനായെന്ന ബോധത്തിനു കീഴടങ്ങി അവൻ വീടിന്റെ ഇരുണ്ട അകത്തളത്തിലേക്ക് പോരുകയായിരുന്നു. മുമ്പിൽ തുറന്നിരുന്ന ജീവിതം പെട്ടെന്നാരോ എടുത്തുകൊണ്ടോടിയതുപോലെ അവനു തോന്നി. വീട്ടിലെപ്പോഴും നിറഞ്ഞുനിന്നിരുന്ന മുഷിഞ്ഞ തുണിയുടെ ഗന്ധമില്ലായിരുന്നു. മെമ്പറുടെ മൊബൈൽ ഫോൺ എല്ലായിടത്തേക്കും മരണസന്ദേശമയച്ചു. പായ്യാരം പറച്ചിലുകാർ

നാട്ടിടവഴിയിൽ പരസ്പരം ചോദിച്ചുകാണും.

'മനോഹരന്റെ ചാക്കാലയറിഞ്ഞില്ലേ, കൂവേ. അവനില്ലേപ്പിന്നെ നാട്ടിലാരാ ഇത്തറേം നല്ലപോലെ അലവൻസ് ചെയ്യുന്നേ.'

ആരും സമ്മതിക്കും. അസാദ്ധ്യ ശബ്ദമായിരുന്നു. മനോഹരനെ കേട്ടവർക്ക് അപ്പുവിന്റെ അഹങ്കാരധ്വനിയുള്ള പറച്ചിൽ ഓക്കാനമുണ്ടാക്കും.

ശവം കാണാൻ ആരൊക്കെയോ വന്നും പോയുമിരുന്നു. പരേതന്റെ മകനെ അന്വേഷിച്ചെത്തിയവരൊക്കെ തേക്കാത്ത ഇഷ്ടികച്ചുമർ പൊതിഞ്ഞു പിടിച്ച നിഴലിനെ സാന്ത്വനിപ്പിച്ചു.

'നീ വിഷമിക്കല്ലേ. ആരുമില്ലെന്ന് കരുതണ്ടാ. ഈ നാടു മുഴുവനും നിനക്കു വേണ്ടി പ്രാർത്ഥിക്കും മോനേ.'

വിശക്കുമ്പോൾ പ്രാർത്ഥിക്കാനുള്ള മന്ത്രം അറിയാമായിരുന്നെങ്കിൽ അവർ അതുകൂടി ചൊല്ലിത്തന്നേനേമെന്ന് അവൻ ഭയന്നു. അതുകൂടി കാണാപ്പാഠമാക്കാൻ അവന് ശക്തിയില്ലായിരുന്നു. നല്ലൊന്നാന്തരം മനുഷ്യർ. ഒരു ശവവാഹനം വന്ന് ജഡം ജില്ലാ ആശുപത്രിയിലേക്ക് കൊണ്ടുപോവുകയും കീറിമുറിച്ച് തുന്നിക്കെട്ടി തിരികെയെത്തിക്കുകയും ചെയ്തു.

ജന്നലിനപ്പുറത്തു നിന്നും കേട്ട രഹസ്യം പറച്ചിലിൽ അവന്റച്ഛന്റെ അപദാനങ്ങൾ നിറഞ്ഞു.

'സംഗീതം നിറച്ചുവച്ചൊരു തന്ത്രിവാദ്യമായിരുന്നു നമ്മടെ മനോഹരൻ. ഉള്ളിലിരുന്നു കലമ്പുന്ന സംഗീതം അവന്റെ സ്വസ്ഥത കെടുത്തുകയായിരുന്നു. അതങ്ങനെ ഉറഞ്ഞുകൂടി അവന്റെ ഹൃദയം പൊട്ടിയതാകാം.'

ആവശ്യത്തിലധികം തെറിവാക്കുകൾ ചേർത്ത് കവിതയെഴുതി പെട്ടെന്ന് പേരെടുത്ത കവിയാണതു പറഞ്ഞത്. കവിയുടെ വാക്കുകൾ കേട്ടിട്ടും മുറ്റത്തെ കേൾവിക്കാർ മറുപടിയൊന്നും പറഞ്ഞില്ല. കപ്പ പുഴുങ്ങിയതും കട്ടൻകാപ്പിയും ആരോ കൊണ്ടുവന്നു മുമ്പിൽ വച്ചത് അവനെ ബാധിച്ചില്ല.

'നാട്ടുകാരുടെ സഹായിയായിരുന്നു മനോഹരൻ.'

അപദാനങ്ങൾ തുടർന്നു. കുപ്പയിലേക്ക് വലിച്ചെറിയേണ്ട ഓരോന്നിനും ജീവിതം നീട്ടിക്കൊടുക്കാനുള്ള കഴിവുണ്ടായിരുന്നു അയാൾക്ക്. ഓരോ വീട്ടിലെയും കേടാകുന്ന വസ്തുക്കൾ അടുക്കളയിലോ ടെറസ്സിലോ കാർഷെഡ്ഡിലോ മനോഹരന്റെ വരവിനായി കാത്തുകിടക്കുമായിരുന്നു. അനൗൺസ്മെന്റില്ലാത്ത ദിവസങ്ങളിൽ അയാളുടെ വിരലുകൾ അവയുടെ പണിക്കുറ്റങ്ങളും കേടുപാടുക

ളും തീർത്തുകൊടുത്തു.

'അവിടൊക്കെ കിട്ടുന്ന കാശാണവന്റെ താളം കെടുത്തിയത്.'

വല്ലവരുടേയും കേടായ യന്ത്രങ്ങൾ ചലിപ്പിക്കാനുള്ള അത്തരം യാത്രകളും വിരുന്നുകളും കഴിഞ്ഞ് നിശ്ചലമായൊരു യന്ത്രമായിട്ടാണയാൾ വീടെത്തിയിരുന്നത്. മരണശേഷം കേടായ ഒരു യന്ത്രമായി കിടക്കുമ്പോൾ കാണാൻ ചെന്ന ഓരോരുത്തർക്കും ഒരു കാര്യം തീർച്ചയായിരുന്നു. മനോഹരൻ എപ്പോഴെങ്കിലും എഴുന്നേറ്റ് സ്ക്രൂ ഡ്രൈവറും പ്ലെയറും സ്പാനറുമൊക്കെ തപ്പിയെടുത്ത് സ്വന്തം ശരീരം സ്വയം നന്നാക്കിയെടുത്തേനേം. ജില്ലാ ആശുപത്രിയിലെ ഡോക്ടർ തലങ്ങും വിലങ്ങും കീറിമുറിച്ച് അലക്ഷ്യമായി തുന്നിക്കെട്ടിയിരുന്നതിനാൽ അത് അവരുടെ നടക്കാസ്വപ്നമായി അവശേഷിച്ചു.

'ചത്ത വിവരം മറ്റോളെ അറിയിച്ചോ.'

ജന്നലിനപ്പുറം മനോഹരന്റെ അപദാനങ്ങൾക്കിടയിൽ ആരുടെയോ ചോദ്യം കേട്ട് മകൻ ഞെട്ടി. അവന്റെ ഓർമ്മയിലൊരിക്കലും പതിഞ്ഞിട്ടില്ലാത്ത ആ സ്ത്രീയായിരുന്നു അവന്റെ അമ്മ. വീട്ടിലേക്ക് കയറിവന്നൊരുവന്റെ കൂടെ ഒരു പകൽവെട്ടത്തിൽ ഇറങ്ങിപ്പോയവളാണ് അതെന്നു മാത്രം അവനറിയാം. ഉപേക്ഷിച്ചു പോകുമ്പോൾ അവന് രസിക്കാനായി തുണിത്തൊട്ടിലിന്റെ കയറിൽ അവർ ഒരു പ്ലാസ്റ്റിക് കുരങ്ങനെ ഞാത്തിയിട്ടു. അങ്ങനെയാണ് അച്ഛൻ അവന്റെ അമ്മ കൂടി ആയത്. അവനെഴുന്നേറ്റ് ജന്നലിന്റെ തുണിമറ നീക്കി.

'എന്റച്ഛനെ കാണാൻ അവരെ ഇവിടെ കൊണ്ടുവരല്ലേ.'

ആരോട് എന്താണ് പറയേണ്ടതെന്നറിയാത്തതിനാൽ അവൻ നിലവിളിച്ചു. ആരൊക്കെയോ അവനെ സമാധാനിപ്പിച്ചു.

'ചത്ത കാര്യം ഒന്നലവൻസു ചെയ്യാനിപ്പമാരാടേ. ഒന്നൂല്ലേൽ നമ്മടെ ഏതു കാര്യത്തിനും ഓടി നടന്നൊരുത്തനല്ലിയോ.'

'അപ്പൂനോടൊന്നു ചോയിച്ചാലോ അണ്ണാ.'

'ഞാഞ്ചോയിച്ചു നാണം കെട്ടെടേ. ശത്രൂന്റെ ചാവു പറയാൻ അവന്റെ പട്ടി വരുമെന്ന്.'

മാഞ്ചോട്ടിൽ കോളാമ്പിമൈക്കും കെട്ടി അച്ഛന്റെ ജീപ്പ് അനൗൺസ്മെന്റിനു പോകാനായി കിടക്കുന്നത് അവൻ ജന്നലിലൂടെ കണ്ടു. എഴുതി മടക്കി വച്ചിരുന്ന മരണമറിയിപ്പ് കീശയിൽ നിന്നെടുത്ത് മെമ്പർ ശവത്തിനരികെ ഇട്ടു.

അയയിൽ വിരിച്ചിരുന്ന തുണികൾക്കിടയിലൂടെ തോളിലൊരു

കുട്ടിയുമായി നട കയറി വന്ന സ്ത്രീയിലേക്കായി എല്ലാവരുടെയും ശ്രദ്ധ. മുറ്റത്ത് നിശ്ശബ്ദരായി നിന്നവരോടായി അവർ മനോഹരന്റെ വീടല്ലേ അതെന്ന് ചോദിച്ചു. ഉത്തരം കിട്ടുന്നതിനു മുമ്പു തന്നെ അവർ തിണ്ണയ്ക്കു കയറി. അവിടെ ഇരുന്ന സ്ത്രീകളുടെയടുത്ത് തോർത്തു വിരിച്ച് അതിൽ കുട്ടിയെ കിടത്തി. ശവത്തിന്റെ കാല്ക്കൽ മുട്ടുകുത്തിയിരുന്ന് അവർ പ്രാർത്ഥിച്ചു. മനോഹരന്റെ മകന് ദേഷ്യം വന്നു. അത് അവന്റെ അമ്മയാണെങ്കിൽ ഉടനെ വീട്ടിൽ നിന്നിറക്കിവിടാൻ അവൻ ജന്നലിലൂടെ അലറിപ്പറഞ്ഞു. അവന്റെ അമ്മ അതിസുന്ദരിയായിരുന്നെന്നും അവളെ എവിടെ കണ്ടാലും തങ്ങൾക്കറിയാമെന്നും പറഞ്ഞ് നാട്ടുകാർ അവനെ സമാധാനിപ്പിച്ചു. മനോഹരന്റെ കാര്യങ്ങളൊക്കെയറിയാവുന്ന ജീപ്പ് ഡ്രൈവർ മെമ്പറോട് പറഞ്ഞ രഹസ്യം എല്ലാവരും കേട്ടു.

'മനോഹരനൊരാണല്ലേ. എവളൊരു പാവം പെണ്ണും. അവർ തമ്മിൽ ചില്ലറ അടുപ്പങ്ങളൊക്കെ ഉണ്ടായിരുന്നെന്ന് എനിക്കറിയാം.'

അതൊരു മരണവീടെന്നു മറന്ന് എല്ലാവരും ഉറക്കെച്ചിരിച്ചപ്പോൾ മെമ്പർ വിഷയം മാറ്റിപ്പിടിച്ചു.

'പറയാനാരുമില്ലെങ്കിൽ മനോഹരൻ ചത്തേന്റെ അനൗൺസ്മെന്റ് വേണ്ടാന്നു വയ്ക്കാം. ജീപ്പേന്ന് മൈക്കഴിച്ചു പെരേൽ കൊണ്ടുവയ്ക്ക്.'

സ്ത്രീകളുടെയടുത്തു കിടന്ന കുട്ടി ഉണർന്നു മുട്ടിൽ ഇഴയാൻ തുടങ്ങി. അതിന്റെ അമ്മ അതിനെ എടുത്തുകൊണ്ട് അകത്തേക്കു ചെന്നു. ഇരുണ്ടൊരു കോണിലിരുന്ന് ഏങ്ങിക്കരയുന്നവന്റെ തലയിൽ അവർ തലോടി. കുട്ടിയെ അവന്റെ മടിയിൽ കിടത്തിയിട്ട് അവർ പറഞ്ഞു.

'ഒറ്റ ജീവിതമേയുള്ളു മോനെ. അടുത്താഴ്ച നിന്റെ പരീക്ഷ തുടങ്ങുകയല്ലേ. നീ വിഷമിക്കുന്നത് നിന്റച്ഛനെ വിഷമിപ്പിക്കും.'

അവർ അവന്റടുത്തുനിന്നും ഈച്ചയരിക്കുന്ന കപ്പപ്പുഴുക്കും ഉറുമ്പുകൾ കൂട്ടത്തോടെ ആത്മാഹൂതി ചെയ്ത കട്ടൻകാപ്പിയുമെടുത്തു മാറ്റി.

'ഞാനിപ്പോ വരാമേ.'

അവർ വെളിയിലേക്കു ചെന്ന് അയയിൽ കിടന്ന ഷർട്ടെടുത്ത് സാരിയുടെ മീതെ ധരിച്ചിട്ട് ജീപ്പിൽ കയറിയിരുന്നു.

'അനൗൺസ്മെന്റ് വേണം. ഞാനേറ്റു. എന്താ പറയേണ്ടേ.'

മുറ്റത്തു കറങ്ങി നടന്ന അറിയിപ്പെഴുതിയ കടലാസ് മെമ്പറുടെ

കൈയിൽ നിന്നും വാങ്ങി.

'ബഹുമാന്യരേ. നാട്ടുകാരുടെ കണ്ണിലുണ്ണിയായിരുന്ന..... '

'വികാരം വന്നില്ല. പണ്ട് ഇന്ദിരാഗാന്ധി കൊല്ലപ്പെട്ടപ്പോൾ ആകാശവാണി വാർത്ത വായിച്ചതുപോലെയങ്ങു പറഞ്ഞാ മതി.'

ഗദ്ഗദത്തോടെയുള്ള അവരുടെ അനൗൺസ്മെന്റ് കേട്ടവരുടെ ചിന്തകളിൽ മനോഹരൻ പുനർജ്ജനിച്ചു.

മനോഹരന്റെ മകന് അന്നേരം തോന്നിയൊരു വാക്യം മടിയിലുറങ്ങുന്ന കുട്ടിയോടു പറഞ്ഞു.

'മനുഷ്യനിർമ്മിതമായ മറ്റേതൊരു ദുരിതകാലത്തുമെന്നപോലെ എല്ലാവരും പരസ്പരം സംശയാലുക്കളാണ്.'

○○

www.ingramcontent.com/pod-product-compliance
Lightning Source LLC
LaVergne TN
LVHW060134051026
849517LV00007B/2472
* 9 7 8 9 3 9 1 0 8 5 9 4 0 *